ശ്രീജിത്ത്

തിരുവനന്തപുരം ജില്ലയിലെ കൈലാത്തുകോണം എന്ന ഗ്രാമത്തിൽ ജനനം. കേരള യൂണിവേഴ്സിറ്റിയിൽ നിന്നും ആംഗലേയ സാഹിത്യത്തിൽ ബിരുദം നേടി. മൂന്നു വർഷത്തെ പ്രവാസജീവിതം നയിച്ചിട്ടുണ്ട്. 'അന്തകവിത്ത്' എന്ന ചെറുകഥയിലൂടെ എഴുത്തിലേക്ക് പ്രവേശിച്ചു. അന്തകവിത്തിനു പുറമേ, 'ആക്സിഡന്റ്', 'കുടജാദ്രിയിലെ മഞ്ഞ് ', 'കലിയുഗം' എന്നീ ചെറുകഥകളും എഴുതിയിട്ടുണ്ട്. നിലവിൽ ആരോഗ്യവകുപ്പിലെ ജീവനക്കാരനാണ്.

Malayalam Language
Charithranweshi
Oru Police Katha
(Crime Novel)
by
Sreejith
♦
Published in April 2022
by Kairali Books Private Limited
Thalikkavu Road, Kannur-670 001
Ph : 0497-2761200
E-Mail : kairalibooksknr@gmail.com
♦
Cover Design :
Prasanth mangad
♦

Price ₹ : 170.00
01/22-23/Sl.No1306/500/NS 18.6
ISBN 978-93-49727-58-8

ചരിത്രാന്വേഷി

ഒരു പോലീസ് കഥ

ശ്രീജിത്ത്

കൈരളി ബുക്സ്

പ്രസാധക കുറിപ്പ്

ക്രൈം ഫിക്ഷൻ വിഭാഗത്തിൽ വലിയ മുന്നേറ്റങ്ങളൊന്നും തന്നെ മലയാള സാഹിത്യത്തിൽ ഇതുവരെയായി ഉണ്ടായിരുന്നില്ല. വിരലിലെണ്ണാവുന്ന എഴുത്തുകാർ മാത്രമേ നമ്മുടെ ഭാഷയിൽ ഈ വിഭാഗത്തിൽ സജീവമായി ഉണ്ടായിരുന്നുള്ളൂ. എന്നാൽ മുഖ്യധാരാ സാഹിത്യ രംഗത്ത് ഇവർക്ക് കേവലമായ പരിഗണനകൾ കിട്ടിയിരുന്നുമില്ല.

അടുത്ത കാലത്ത് ക്രൈം നോവൽ വായനയിലുണ്ടായ മാറ്റം അസാധാരണമാണ്. പുതു തലമുറയിലെ ധാരാളം എഴുത്തുകാരും ഈ മേഖലയിലേക്ക് കടന്നു വന്നിട്ടുണ്ട്. അതിൽ പ്രതീക്ഷ തരുന്ന രചനകൾ ഒരുപാടുണ്ട്. ഈ അവസരത്തിലാണ് കൈരളി ബുക്സ് ഈ വർഷം ക്രൈം നോവൽ മത്സരം സംഘടിപ്പിച്ചത്. എൺപത്തിനാലോളം രചനകൾ കിട്ടിയതിൽ നിന്നും പ്രമേയത്തിലും അവതരണത്തിലും മികവു പുലർത്തിയ അഞ്ച് നോവലുകൾ അവസാന ചുരുക്കപ്പട്ടികയിൽ ഇടം പിടിക്കുകയുണ്ടായി. അതിലൊന്നാണ് ശ്രീ. ശ്രീജിത്ത് എഴുതിയ 'ചരിത്രാന്വേഷി ഒരു പോലീസ് കഥ' എന്ന നോവൽ. ക്രൈം നോവൽ രംഗത്ത് വളരെയധികം പ്രതീക്ഷ നൽകുന്ന എഴുത്തുകാരനാണ് ശ്രീജിത്ത്. അദ്ദേഹത്തിന്റെ ഈ കൃതി വായനക്കാർക്ക് ക്രൈം ഫിക്ഷന്റെ എല്ലാ വായനാനുഭവവും നൽകുമെന്ന പ്രതീക്ഷയോടെ നിങ്ങൾക്കായ് സമർപ്പിക്കുന്നു.

സ്നേഹത്തോടെ
ഒ. അശോക് കുമാർ
മാനേജിംഗ് എഡിറ്റർ

ഒന്ന്

കുട്ടിക്കാലത്ത് ഒരു പോലീസുകാരനാകണമെന്ന് അൽപ്പമെങ്കിലും എന്നെ മോഹിപ്പിച്ചിരുന്നത് ഞങ്ങളുടെ നാടായ പുല്ലാട്ടുകരയിലുണ്ടായിരുന്ന കോൺസ്റ്റബിൾ വിക്രമന് ലഭിച്ചിരുന്ന ബഹുമാനവും പരിഗണനയുമാണ്. ബസിലും ചായക്കടയിലുമൊക്കെ പ്രായത്തിൽ മുന്തിയവർ പോലും വിനമ്രനായി തങ്ങളുടെ ഇരിപ്പിടങ്ങൾ കോൺസ്റ്റബിൾ വിക്രമന് വേണ്ടി മാറികൊടുത്തിരുന്നു. കുട്ടികളും മുതിർന്നവരും വിക്രമൻ പോലിസിനെ കാണുമ്പോൾ കലമ്പലുകൾ നിർത്തി അച്ചടക്കം പാലിക്കുമായിരുന്നു. നാട്ടിലെ തലതെറിച്ചവന്മാരെല്ലാം വിക്രമൻ പോലീസിന്നുന്നിൽ പച്ചപരമാർത്ഥിയായി മാറുകയും, വഴക്കുകളും തർക്കങ്ങളും തീർപ്പാക്കിക്കൊണ്ടു വിക്രമൻ പോലീസ് മുന്നോട്ടുവച്ച തീരുമാനങ്ങൾ വേദവാക്യം പോലെ നാട്ടുകാരാൽ പാലിക്കപ്പെടുകയും ചെയ്തിരുന്നു. എന്നാൽ വിക്രമൻ പോലീസിനുണ്ടായിരുന്ന പൊക്കവും തടിയും നിബിഡമായ മീശയിൽ കൊമ്പുകൾ വെട്ടിയുണ്ടാക്കിയ ശൗര്യമൊക്കെയാണ് ഒരു ലക്ഷണമൊത്ത പോലീസുകാരനു വേണ്ട ഗുണഗണങ്ങളെന്നു നിനച്ചുവച്ചിരുന്നതിനാൽ മെലിഞ്ഞ ശരീരപ്രകൃതനും ഉള്ളാലെ ഭീരുവുമായ ഞാൻ എന്നെ ഒരിക്കൽ പോലും ഒരു പൊലീസുകാരനായി സങ്കല്പിച്ചുനോക്കിയിരുന്നില്ല. കൗമാരത്തിൽ മലയാളസിനിമയിലെ ത്രസിപ്പിക്കുന്ന പോലീസ് കഥാപാത്രങ്ങൾ കാണുമ്പോഴൊക്കെയും അതൊക്കെ എന്റേതല്ലാത്ത ഭൂമികയിലുള്ള ആരുടേതൊക്കെയോ കഥകളായിട്ടാണ് തോന്നിട്ടുള്ളത്. നേരെമറിച്ച്, എന്റെ ഉറ്റ സുഹൃത്ത് അഭയ്കൃഷ്ണൻ അത്തരം സിനിമകളോട്, പ്രത്യേകിച്ച് സുരേഷ് ഗോപി തകർത്തഭിനയിച്ച പോലീസ് വേഷങ്ങളോടുള്ള അമിതാരാധന കാരണം പോലീസുകാരനാകാൻ അതിയായി ആഗ്രഹിച്ചിരുന്നു. ഞാനാണെങ്കിൽ പാശ്ചാത്യ രാജ്യങ്ങളിലെവിടെയെങ്കിലും വ്യവസ്ഥിതപ്പെടുത്തിയ സമാധാനപൂർണമായ ജീവിതത്തെപ്പറ്റിയാണ് സ്വപ്നങ്ങൾ നെയ്തിരുന്നത്. പക്ഷേ വിധിവൈപരീത്യം അവനെ യു. കെ. സെറ്റിൽഡ് പുല്ലാട്ടുക്കരക്കാരനും എന്നെ പുല്ലാട്ടുകരയിലെ ആദ്യത്തെ സബ് ഇൻസ്പെക്ടറുമാക്കി.

പേരിലെ ആദ്യാക്ഷരങ്ങൾ ചേർത്ത് 'അബ്രികാ' എന്ന് ഞാൻ വിശേഷിപ്പിച്ചിരുന്ന അമേരിക്ക, ബ്രിട്ടൻ, കാനഡ ത്രയത്തിലേതെങ്കിലുമൊന്നിലെത്തിച്ചേരുകയെന്ന ലക്ഷ്യപ്രാപ്തിക്കായി സർക്കാർ സ്ഥാപനങ്ങളിൽ നിന്നും വിദ്യാഭ്യാസം നേടിയ ഒരു ഗ്രാമവാസിയുടെ എല്ലാവിധ പരിമിതികളെയും അതിജീവിച്ചുകൊണ്ട് IELTS എന്ന ഇംഗ്ലീഷ് ഭാഷാനൈപുണ്യ പരീക്ഷ ഞാൻ പാസ്സായി. പക്ഷേ, ഈ സമ്പന്ന പാശ്ചാത്യരാജ്യങ്ങളിലേക്കുള്ള കുടിയേറ്റത്തിനേറ്റവും ആവശ്യമായ സാമ്പത്തികപിന്തുണ ബോധിപ്പിക്കാനാകാതെ എന്റെ ഓരോ ശ്രമങ്ങളും പരാജപ്പെട്ടുകൊണ്ടിരുന്നു. വൃഥാസ്വപ്നത്തിന് പുറകേ നടന്ന് ജീവിതം പാഴാക്കരുതെന്ന് ബന്ധുക്കളും സുഹൃത്തുക്കളും ഉപദേശിക്കാറുണ്ടായിരുന്നെങ്കിലും, ഒരിക്കലവിടെയെത്തിച്ചേരുകതന്നെ ചെയ്യുമെന്ന സ്വപ്നമുപേക്ഷിച്ചുപോകാത്ത മനസിന് അടിമപ്പെട്ടിരുന്നതിനാൽ നാട്ടിലൊരു തൊഴിലിനെപ്പറ്റി ഞാൻ ചിന്തിച്ചിരുന്നതേയില്ല. ആകെയുള്ള ആൺതരിയെക്കൊണ്ട് വീടിനൊരു പ്രയോജനവുമില്ലെന്ന് അമ്മച്ചി ആവലാതിപ്പെടുമ്പോഴൊക്കെയും മേസ്തിരിപ്പണിയും അല്ലറ ചില്ലറ കൃഷിയും കൊണ്ട് നാലുപേരടങ്ങുന്ന കുടുംബം പുലർത്താൻ കഷ്ടപ്പെട്ടിരുന്ന ചാച്ചൻ മൗനം പാലിക്കുക മാത്രമാണുണ്ടായിരുന്നത്. പക്ഷേ, ചാച്ചൻ പെട്ടെന്ന് കെടപ്പിലായപ്പോൾ ഞാനൊരു ജോലി ചെയ്യേണ്ടത് കുടുംബത്തിനൊരു അത്യാവശ്യമായിത്തീർന്നു. പൗലോസ് കൊച്ചപ്പന്റെയൊപ്പം പെയിന്റിംഗ് പണിക്കു പോകാൻ തുടങ്ങിയതിനൊപ്പം ഒഴിവുസമയങ്ങളിൽ PSC പരീക്ഷകൾക്കുവേണ്ടിയുള്ള ആത്മാർത്ഥ പഠനവും നടത്തി. കുട്ടിക്കാലം മുതൽക്കേ അഭിനിവേശക്കുറവ് തോന്നിയിരുന്ന എസ്.ഐ പോസ്റ്റിനുവേണ്ടിയുള്ള മത്സരപരീക്ഷയെഴുതി നേടാനും, ഫിസിക്കൽ ടെസ്റ്റ് അഞ്ചെണ്ണം നേടിയെടുക്കാനുമൊക്കെ എന്റെയുള്ളിൽ കെടന്നു മത്സരിച്ചത് അമ്മച്ചിക്കും പെങ്ങൾക്കും താങ്ങാവണമെന്ന തീരുമാനമായിരുന്നു. കഠിനമായ തയ്യാറെടുപ്പുകളോടെ അത്തവണത്തെ എസ്.ഐ പോസ്റ്റിലേക്കുള്ള എഴുത്തുപരീക്ഷ അഭയ് കൃഷ്ണൻ പാസ്സായെങ്കിലും ഫിസിക്കൽ ടെസ്റ്റിൽ അവൻ പരാജയപ്പെട്ടു. അഭയ് കൃഷ്ണനൊടുവിൽ വീട്ടുകാരുടെ സമ്മർദ്ദത്തിന് വഴങ്ങി യു.കെയിലേക്ക് പറക്കേണ്ടി വന്നു. അത്യാവശ്യം സാമ്പത്തിക ഭദ്രതയുള്ള കുടുംബമായിരുന്നതിനാൽ സ്പോൺസർഷിപ്പ് സംഘടിപ്പിക്കാൻ അവന് എന്നെപ്പോലെ കഷ്ടപ്പെടേണ്ടി വന്നില്ല.

ശാരീരികമായും മാനസികമായും ഒരുവനെ ദൃഢപ്പെടുത്താനാവശ്യമായ കഠിനമുറകൾ കൊണ്ട് സൃഷ്ടിച്ചിരിക്കുന്ന ഒരു വർഷത്തെ പോലീ

സ് അക്കാദമി പരിശീലനം കായികാധ്വാനത്തിന് വിസമ്മതമുള്ള മനസും ശരീരവുമായി അവിടേക്കെത്തിയ എനിക്കു മുന്നിലെ ഏറ്റവും വലിയ വെല്ലുവിളിയായിരുന്നു. ദിനം പ്രതിയുള്ള പരേഡ് പിരീഡുകളിലും, ഫിസിക്കൽ ട്രെയിനിങ് പിരീഡുകളിലും, ഏറ്റവും കൂടുതൽ ശകാരം കേൾക്കുന്നവനായി അതിനകത്ത് ക്ലേശിക്കുമ്പോൾ, എനിക്ക് ആശ്വാസമായിരുന്നത് ഓരോമാസവും വീട്ടിലേക്കയച്ചു കൊടുക്കാൻ സാധിക്കുന്ന സ്റ്റൈപ്പൻറ്റാണ്. ഒബ്സ്റ്റാക്കിൾ കോഴ്സിലെ ചാടിക്കടക്കേണ്ടവയിൽ ഉൾപ്പെട്ട പത്തടി ചുമരിനുമുന്നിലെന്നും, കീഴ്പ്പെടുത്താനാകാത്തയൊരു പടുകൂറ്റൻ കോട്ടയ്ക്ക് മുന്നിലകപ്പെട്ട പോരാളിയെപ്പോലെ പകച്ചുനിന്നിരുന്നതിനാൽ, ട്രെയിനിങ് വിജയകരമായി പൂർത്തിയാക്കാൻ സാധ്യതയില്ലാത്തയൊരുവനായി ഞാൻ മുദ്രകുത്തപ്പെട്ടു.

ഒരു ദിവസം ഓഫീസിലേക്ക് അത്യാവശ്യമായി വിളിപ്പിച്ചതിൻപ്രകാരം അങ്ങോട്ടേക്ക് ചെന്ന എന്നെ സ്വീകരിച്ചത് ഉദ്യോഗസ്ഥന്മാരുടെ അനുകമ്പ പ്രകടമായ മുഖങ്ങളും പരിഭ്രമിച്ചുനിൽക്കുന്ന പൗലോസ് കൊച്ചപ്പനുമാണ്. 'മോനെ നിന്റപ്പന് വയ്യാണ്ടായെടാ...നിന്നെയൊന്ന് കാണണമെന്ന് പറയുവാ...'; എന്നെക്കണ്ടയുടനെ... കൊച്ചപ്പൻ ആധിപ്പെട്ടു. സ്ട്രോക്ക് സംഭവിച്ചുണ്ടായ നാഡീക്ഷയത്തെ അതിജീവിക്കാനാകാതെ കിടപ്പിലായിരുന്ന ചാച്ചൻ ഞാൻ അക്കാദമിയിലേക്ക് പുറപ്പെടാനൊരുങ്ങുമ്പോൾ, ചലുവായൊഴുക്കിക്കൊണ്ടു ചാച്ചനോടൊപ്പം തളർന്നുകിടന്ന നാവിനെയനക്കാൻ പാടുപെടുന്നുണ്ടായിരുന്നു. കൊച്ചപ്പൻ ആ പറഞ്ഞതിൽ ചാച്ചന്റെ മരണം ഒളിഞ്ഞിരുപ്പുണ്ടെന്ന് നെഞ്ച് പറിക്കുന്നൊരു മിന്നായം പോലെ തോന്നിയെങ്കിലും, അങ്ങനെയാവരുതേയെന്ന് ഞാൻ പ്രാർത്ഥിച്ചുകൊണ്ടേയിരുന്നു. വീട്ടിലേക്കുള്ള ഇടവഴിമുതൽ ആൾക്കാരെ കാണാൻ തുടങ്ങിയപ്പോൾ വെള്ളയിൽ പൊതിഞ്ഞ ചാച്ചന്റെയടുത്തേക്ക് ഞാൻ ആനയിക്കപ്പെടുകയാണെന്ന് വിറയുന്ന ഉള്ളിടിപ്പോടെ ഉറപ്പാകുകയായിരുന്നു. ചേതന പിരിഞ്ഞുപോയ ചാച്ചന്റെ ശരീരത്തിനടുത്തു നിൽക്കുമ്പോൾ ചാച്ചൻ അവസാനമായി എന്നോട് പറയാൻ ശ്രമിച്ചതെന്താണെന്നറിയാൻ എനിക്ക് വല്ലാത്ത കൊതി തോന്നി.

ചാച്ചന്റെ കുഴിമാടത്തിന് മുന്നിൽ മുട്ടുകുത്തിയിരുന്ന് പ്രാർത്ഥിച്ചതിനൊപ്പം, കുടുംബത്തിനെ നോക്കാൻ പോലീസുകാരനാവുമെന്ന പ്രതിജ്ഞയുമെടുത്തുകൊണ്ടാണ് തിരികെ അക്കാദമിയിലേക്കെത്തിയത്. ഏറ്റവും വലിയ ഉഴപ്പനിൽ നിന്നും ഏറ്റവും നല്ല കഠിനാദ്ധ്വാനിയിലേക്കുള്ള എന്റെ രൂപാന്തരണം ട്രെയിനിങ് ഓഫിസർമാർ മറ്റുള്ളവരുടെ മുന്നിൽ മാതൃകയായി അവതരിപ്പിച്ചു. അച്ചടക്കവും ആദർശധീരതയു

മാർജ്ജിച്ച ഒരുവനായി ചുമലിൽ ഇരുനക്ഷത്രങ്ങൾ പതിപ്പിച്ച യൂണിഫോം ധരിക്കുംവരെയും എന്റെയുള്ളിലെ ദൃഢനിശ്ചയമെരിഞ്ഞു ഊർജ്ജമായിക്കൊണ്ടിരുന്നു. യൂണിഫോം ധരിച്ചുകൊണ്ടാണ് വീണ്ടും അപ്പന്റെ കുഴിമാടത്തിലേക്ക് ചെന്നു മെഴുകുതിരി കത്തിച്ചത്. മകൻ പൊലീസുകാരനായി വന്നത് നേരിൽ കാണാൻ ചാച്ചനില്ലാതെ പോയല്ലോന്ന് പറഞ്ഞു ഉള്ളം വിതുമ്പിക്കൊണ്ടിരുന്നു. ലില്ലിയെ ചേർത്തുപിടിച്ചുകൊണ്ടു നിക്കുവായിരുന്ന അമ്മച്ചി കവിളിലേക്ക് വീണ കണ്ണുനീർ തുടച്ചുകൊണ്ട് പറഞ്ഞു: 'നീയെന്റെ വയറ്റിലായിരിക്കുമ്പോൾ നിന്നെ പഠിപ്പിച്ചൊരു ഉദ്യോഗസ്ഥനാക്കണമെന്ന് ചാച്ചൻ പറയുവായിരുന്നു. ചാച്ചന് ശരിക്കും സന്തോഷമായിക്കാണും മോനെ...'

എന്നെത്തന്നെ അത്ഭുതപ്പെടുത്തിക്കൊണ്ട് വളരെപ്പെട്ടെന്നാണ് ക്ഷിപ്രകോപിയും നിഷ്കരുണനുമാണെന്ന കാരണത്താൽ 'കാട്ടുമൂരി'എന്ന ഇരട്ടപ്പേരോടൊപ്പം കുറ്റവാളികൾക്കിടയിൽ കുപ്രസിദ്ധനായൊരു പോലീസ് ഓഫീസറായിട്ട് ഞാൻ മാറിയത്. മർദ്ദനമുറകളോടുണ്ടായിരുന്ന ജന്മസഹജമായ പൊരുത്തക്കേട് ആദ്യമാദ്യം എന്നെയൊരു പോലീസുകാരന്റെ കർത്തവ്യനിർവ്വഹണ സാമർഥ്യത്തിൽ നിന്നും പിന്നോട്ടുവലിച്ചിരുന്നു. 'അണ്ണാക്കിൽ ലാത്തിക്ക് കുത്തിയാപ്പോലും സത്യം പറയാത്തവനോടൊക്കെ കിന്നാരം പറഞ്ഞിട്ടൊന്നും കാര്യമില്ല സാറേ'; എന്റെ മൃദുഭാവേനയുള്ള ചോദ്യംചെയ്യൽ കണ്ടു സഹികെട്ടിട്ടൊടുക്കം പീഢനക്കേസ് പ്രതിയുടെ അടിവയറിൽ മുട്ടുകാൽ കയറ്റിയിടിച്ചു ചോര തുപ്പിക്കുന്നതിനിടയിൽ ഹെഡ് കോൺസ്റ്റബിൾ നാരായണേട്ടൻ ശകാരിച്ചത് ഇന്നലെയെന്നോണം ഞാൻ എപ്പോഴുമോർക്കുന്ന കാര്യമാണ്. അത്തരമൊരു സംവിധാനത്തിന്റെ ഭാഗമാകുമ്പോൾ അങ്ങനെയാവേണ്ടതിന്റെ ആവശ്യകത കൊണ്ടാവാം ഞാൻ പോലുമറിയാതെ ഞാനുമങ്ങനെയായിത്തീരുകയായിരുന്നു. രാഷ്ട്രീയ സ്വാധീനത്തിന് വിധേയമാകാതെയുള്ള നടപടികൾ കൈക്കൊണ്ടതിന് മൂന്നുവട്ടം പണിഷ്മെന്റ് ട്രാൻസ്ഫെറും കൂടി ലഭിച്ചിട്ടുണ്ടെന്നറിഞ്ഞപ്പോൾ, ഒരു ത്രസിപ്പിക്കുന്ന പോലീസ് കഥ പോലെയാണ് യു.കെയിൽ നിന്നും അവധിക്ക് നാട്ടിലെത്തിയ അഭയ്കൃഷ്ണൻ എന്റെ വിശേഷങ്ങൾ കേട്ടിരുന്നത്. എന്നാൽ, എന്നെ ത്രസിപ്പിക്കുന്ന സംഭവപരമ്പരകൾ വരാനിരിക്കുന്നതേയുണ്ടായിരുന്നുള്ളൂ. അതിലെ ആദ്യസംഭവം വ്യവസായി പ്രമുഖൻ ലൂക്കോ സെബാസ്റ്റ്യൻ ഇട്ടിച്ചിറയുടെ മരണമായിരുന്നു.

രണ്ട്

ലൂക്കോ സെബാസ്റ്റ്യൻ ഇട്ടിച്ചിറയുടെ മരണം സംഭവിച്ചത് നഗരത്തിൽ നിന്നും ഏതാണ്ട് എഴുപത് കിലോമീറ്റർ അകലെയുള്ള കാവതിപ്പോണി വനമേഖലാപ്പാതയിലെ വിജനമായൊരിടത്ത് സംഭവിക്കപ്പെട്ട കാറപകടത്തിലാണ്. ഇടുങ്ങിയ പാതയുടെ വശത്തുണ്ടായിരുന്ന കല്ലതിര് തകർത്തുകൊണ്ടു മലഞ്ചരിവിലേക്ക് മറിഞ്ഞു കിടന്ന C-Class Benz കാറിനുള്ളിൽ അയാളെ മരിച്ച നിലയിൽ കണ്ടെത്തുകയായിരുന്നു. ഇട്ടിച്ചിറഗ്രൂപ്പ് ഓഫ് കമ്പനീസിന്റെ മാനേജിങ് ഡയറക്ടറും, കേരളത്തിലെ സമ്പന്നന്മാരിലൊരാളുമായ ലൂക്കോ സെബാസ്റ്റ്യൻ ഇട്ടിച്ചിറ, ഒറ്റയ്ക്ക് അങ്ങോട്ടേയ്ക്ക് യാത്ര ചെയ്തതിന്റെ പിന്നിലെ കാരണം അജ്ഞാതമായിരുന്നുവെന്നത് പ്രധാന വാർത്താ ഭാഗമാക്കിക്കാണിച്ച് മാധ്യമങ്ങൾ സെൻസേഷൻ സൃഷ്ടിച്ചു. അതിന്റെ ചുവടുപിടിച്ച് നവമാധ്യമങ്ങളിലൂടെ ലൂക്കോ സെബാസ്റ്റ്യൻ ഇട്ടിച്ചിറയുടെ മരണം ആത്മഹത്യയാണെന്നും, അതല്ല, ബിസിനസ് വൈരികൾ അയാളെ വകവരുത്തിയതുമാണെന്നുമൊക്കെ തരത്തിലുള്ള അഭ്യൂഹങ്ങളും, വ്യാജകഥകളും വ്യാപകമായി പ്രചരിക്കുകയുണ്ടായി. ഈ വക ഊഹാപോഹങ്ങളാൽ സൃഷ്ടിക്കപ്പെട്ട പലവിധ രാഷ്ട്രീയ സമ്മർദ്ദങ്ങൾക്കൊടുവിൽ, പോലീസ് വകുപ്പ് സ്വമേധയാ കേസെടുത്ത് അന്വേഷണമാരംഭിച്ചു. മൂന്ന് ചെറുനദികൾ ആദ്യം സംഗമിക്കുകയും, പിന്നെ വേർപിരിയുകയും ചെയ്യുന്നതിനിടയ്ക്കുണ്ടായ മനോഹരദൃശ്യമാസ്വദിക്കാൻ ധാരാളം പ്രകൃതിസ്നേഹികളും, ടൂറിസ്റ്റുകളുമെത്തുന്ന സ്ഥലമാണ് കാവതിപ്പോണിയെന്നതിനാൽ, ഒരു സ്വകാര്യ ഉല്ലാസയാത്രയ്ക്കിടയിൽ സംഭവിക്കപ്പെട്ടതാണെന്ന് അനുമാനിക്കാവുന്നതരത്തിലുള്ള, തികച്ചും സ്വാഭാവികമായ വാഹനാപകടത്തെ സാധൂകരിക്കുന്ന സാഹചര്യത്തെളിവുകൾ മാത്രമാണ് പോലീസിന് ലഭ്യമായത്. ബെൻസ് കാറിലെ അപകട സുരക്ഷാസംവിധാനങ്ങളായ ഡ്രൈവർ ഫ്രണ്ട് എയർബാഗും, കർട്ടൺ ബാഗും യഥാസമയം പ്രവർത്തിച്ചിരുന്നെങ്കിലും, നെഞ്ചിനും തലയുടെ പിൻഭാഗത്തും ശക്തമായ ആഘാതമുണ്ടായതിനാലുണ്ടായ ആന്തരികരക്തസ്രാവവും, ഹോസ്പിറ്റലിൽ എത്തിക്കാനുണ്ടായ താമസവുമാണ് മരണകാരണമാ

യതെന്നതിനെ ന്യായീകരിക്കുന്നതായിരുന്നു FIR, Forensic Investigation Report, Postmortem Report എന്നിവയിൽ രേഖപ്പെടുത്തപ്പെട്ട വിവരങ്ങൾ. അസ്വാഭാവികത ആരോപിക്കാനുതകുന്ന തരത്തിലുള്ള അന്വേഷണാത്മക വിവരങ്ങളൊന്നും ലഭ്യമല്ലാത്തതിനാൽ മാധ്യമ താല്പര്യവും അസ്തമിച്ചതോടെ, ലൂക്കോ സെബാസ്റ്റ്യൻ ഇട്ടിച്ചിറയുടെ മരണം എല്ലാരാലും വിസ്മരിക്കപ്പെട്ടു.

മൂന്ന്

ഞാൻ പുതിയൊരു ശാസനാ സ്ഥലമാറ്റത്തെ പ്രതീക്ഷിച്ചിരിക്കുന്ന സമയമായിരുന്നു അത്. അതിനു മുൻപത്തെ, കൃത്യമായി പറഞ്ഞാൽ മൂന്നാമത്തെ പണിഷ്മെന്റ് ട്രാൻസ്ഫെറിന്റെ ഫലമായിട്ടാണ് ജില്ലാതിർത്തിയിലുള്ള ചുങ്കത്തളി എന്നയിടത്തെ പോലീസ് സ്റ്റേഷനിൽ ഞാൻ എത്തപ്പെട്ടത്. അവിടത്തെ നഗരസഭാചെയർപേഴ്സൺ ആഴി രൂപേന്ദ്രന്റെ മരുമകൻ ഗിരിപ്രഭ നടത്തുന്ന ഹോട്ടൽ ഗ്രൂപ്പ് മണിയൻ എന്നൊരാളിന്റെ നാല്പത് സെന്റ് ഭൂമി ചുളിവ് വിലയ്ക്ക് കൈക്കലാക്കിയതുമായുണ്ടായ കേസന്വേഷണമായിരുന്നു എല്ലാത്തിനും നിദാനം. ഒരു വാഹനാപകടത്തിലൂടെ മകൾക്ക് സംഭവിച്ച കേൾവിക്കുറവ് പരിഹരിക്കുന്നതിനുള്ള ചികിത്സാ ആവശ്യത്തിനായി തന്റെ പേരിൽ ചുങ്കത്തളിയിലുണ്ടായിരുന്ന നാല്പത് സെന്റ് ഭൂമി വിൽക്കാൻ തീരുമാനിച്ച മണിയൻ, ഒരു ഏജന്റിനെ സമീപിച്ച് ആധാരത്തിന്റെയും മറ്റും പകർപ്പ് നൽകി. അതുപയോഗിച്ച് മണിയന്റെ പേരിൽ വ്യാജരേഖകൾ സൃഷ്ടിച്ച ഏജന്റുൾപ്പെടുന്ന സംഘം, മണിയനെ തട്ടിക്കൊണ്ടുപോയി ഭീഷണിപ്പെടുത്തിയതിൽ ഒപ്പു വയ്പ്പിക്കുക വഴി ആ ഭൂമി മണിയൻ വില്കാനുദ്ദേശിച്ചതിന്റെ പകുതി വിലയ്ക്ക് തട്ടിയെടുത്തു. മണിയന്റെ പരാതിയുടെ അടിസ്ഥാനത്തിൽ നടത്തിയ അന്വേഷണത്തിൽ അയാളുടെ ഭൂമി ചതിയിലൂടെ കൈക്കലായിരിക്കുന്നത് ഗിരിപ്രഭയുടെ പേരിലുള്ള ഹോട്ടൽഗ്രൂപ്പാണെന്ന് ഞാൻ കണ്ടെത്തുകയുണ്ടായി. തന്റെ മരുമകനെ ആ കേസിൽ നിന്നും ഒഴുവാക്കിക്കിട്ടാനായി ആദ്യം ആഴിരൂപേന്ദ്രൻ നേരിട്ടും, പിന്നെ, ഉന്നതരാഷ്ട്രീയ മേലുദ്യോഗവൃന്ദം വഴിയും എന്നെ സമീപിച്ചിരുന്നെങ്കിലും, ഞാൻ വഴങ്ങിയില്ല. അതിന്റെ പ്രതികാര നടപടിയെന്നോണം, ഉടനടി ഏതെങ്കിലുമൊരു ദുഷ്കരം പിടിച്ചിടത്തേക്ക് പുതിയ ട്രാൻസ്ഫറുണ്ടാകാനിടയുണ്ടെന്നറിയാമായിരുന്നാൽ, ഞാനതിന്റെ കാത്തിരിപ്പിലായിരുന്നു. പക്ഷേ, പതിവിനുനേരെ വിപരീതമായി സ്റ്റേറ്റ് സ്പെഷ്യൽ ബ്രാഞ്ചിന്റെ പ്രസ്തുത ജില്ലാറേഞ്ച് എസ്.പി രഘുരാമന്റെ അസിസ്റ്റന്റായിട്ട് നിയമിച്ചുകൊണ്ടുവന്ന ഉത്തരവ് എന്നെ ശരിക്കും അമ്പരിപ്പിക്കുക തന്നെ ചെയ്തു. അതുവരെയും നേരിട്ട് കണ്ടിട്ടില്ലെങ്കിലും

അതിശയിപ്പിക്കുന്ന അന്വേഷണചാതുര്യം കൊണ്ട് പ്രശസ്തനായ അദ്ദേഹത്തെ പോലീസ് വകുപ്പിലെ എല്ലാവരെയും പോലെ എനിക്കും പരിചിതമായിരുന്നു. പല കുഴപ്പം പിടിച്ച കേസുകളും തെളിയിക്കാൻ വേണ്ടി അദ്ദേഹം അവലംബിച്ച മാർഗങ്ങൾ അതേ മാതൃകയിലുള്ള കേസുകൾ തെളിയിക്കുന്നതിന് എന്നെപ്പോലുള്ള ഉദ്യോഗസ്ഥമാരെ പലപ്പോഴും സഹായിക്കാറുണ്ടായിരുന്നു. സ്പെഷ്യൽ ബ്രാഞ്ചിലേക്ക് നിയോഗിക്കപ്പെടുന്നതിനുമുൻപ് അദ്ദേഹം തെളിയിച്ചത് വളരെയധികം കോളിളക്കം സൃഷ്ടിച്ച വരുമല റോയൽ ഫിനാൻസ് പകൽകൊള്ളയായിരുന്നു. വരുമല ടൗണിലെ റോയൽഫിനാൻസെന്ന സ്ഥാപനത്തിൽ അത്രയ്ക്കും ആസൂത്രിതമായി നടത്തിയ ആ കവർച്ചയിൽ മോഷ്ടാക്കൾ പൊലീസിന് പിന്തുടരാൻ കഴിയുന്ന ഒരു പിഴവുപോലും വരുത്തിയിരുന്നില്ലയെന്നതു തന്നെയാണ് ആ കേസിനെ കുപ്രസിദ്ധമാക്കിയത്.

അക്കൊല്ലത്തെ ദുഃഖവെള്ളിയാഴ്ച കഴിഞ്ഞുള്ള ശനിയാഴ്ച ദിവസം, രാവിലെ ഒൻപതിനും ഒൻപതരയ്ക്കുമിടയിലുമാണ് വരുമല റോയൽ ഫിനാനൻസിലെ കൊള്ളയരങ്ങേറിയത്. സ്ഥാപനത്തിനുള്ളിലുണ്ടായിരുന്ന CCTV ക്യാമറാദൃശ്യങ്ങളിൽ നിന്നും വളരെ ദിവസത്തെ രഹസ്യനിരീക്ഷണങ്ങൾക്കും പഠനങ്ങൾക്കും ശേഷമാണ് മോഷ്ടാക്കൾ ആ കവർച്ച ആസൂത്രണം ചെയ്ത് നടപ്പിലാക്കിയതെന്ന് വ്യക്തമായിരുന്നു. അന്നേദിവസം, രാവിലെ ഒൻപതുമണിയ്ക്ക് സ്ഥാപനം തുറന്നപ്പോൾ തന്നെ മുഖംമൂടിധാരികളായ നാലുമോഷ്ടാക്കൾ തോക്കുകളും ചൂണ്ടിക്കൊണ്ട് അങ്ങോട്ടേക്ക് പാഞ്ഞെത്തി. സെക്യൂരിറ്റിയുൾപ്പെടെ മൂന്ന് ജീവനക്കാരാണ് അപ്പോഴവിടെയുണ്ടായിരുന്നത്. ശബ്ദമുണ്ടാക്കിയാൽ കൊല്ലുമെന്ന് ഭീഷണിപ്പെടുത്തിക്കൊണ്ട് മൂന്നു ജീവനക്കാരുടെയും കൈകൾ പുറകിലേക്ക് കൂട്ടിക്കെട്ടുകയും വായകളിൽ ടേപ്പ് ഒട്ടിക്കുകയും ചെയ്തതിനുശേഷം മോഷ്ടാക്കളവരെ മാനേജറിന്റെ റൂമിലിട്ട് പൂട്ടി. ജീവനക്കാർ ഒന്ന് ഞരങ്ങാൻ കൂടി ധൈര്യപ്പെടാതെ മാനേജറിന്റെ റൂമിൽ നിസ്സഹരായിക്കിടക്കുമ്പോൾ, മോഷ്ടാക്കൾ മാനേജർ വരുന്നതും കാത്തിരിക്കുകയായിരുന്നു. പതിവനുസരിച്ച് പതിനഞ്ചുമിനിറ്റുകൾക്കുള്ളിൽ അങ്ങോട്ടേക്കെത്തിയ മാനേജർ സ്ഥാപനത്തിനുള്ളിലേക്ക് പ്രവേശിച്ചതും വാതിലിനുമറവിൽ നിന്ന മോഷ്ടാക്കളിലൊരുവൻ ഷട്ടർ താഴ്ത്തി. എന്താണ് സംഭവിക്കുന്നതെന്നറിയാതെ അന്ധാളിച്ചു നിന്ന മാനേജർക്കു നേരെ തോക്കുകൾ ചൂണ്ടി ഭയപ്പെടുത്തിയ മോഷ്ടാക്കൾ അയാളെക്കൊണ്ട് സ്ട്രോങ്ങ്റൂം തുറപ്പിക്കുകയും, ലോക്കറിന്റെ താക്കോൽ കൈക്കലാക്കുകയും ചെയ്തു. തുടർന്ന് മാനേജരെയും നൊടിയിടകൊണ്ട് മറ്റു

ള്ളവരെപ്പോലെ ബന്ധിച്ച് അയാളുടെ റൂമിലിട്ടു പൂട്ടിയശേഷം, മോഷ്ടാക്കൾ ലോക്കർ തുറന്ന് അതിനകത്തുണ്ടായിരുന്ന അഞ്ചുകിലോ സ്വർണവും ഇരുപത്തഞ്ചുലക്ഷം രൂപയും കൈക്കലാക്കി കടന്നുകളയുകയായിരുന്നു. ഏകദേശം ഒരു മണിക്കൂറിനുശേഷം ധനയിടപാടിനായി ആദ്യത്തെ കസ്റ്റമറെത്തുന്നതുവരെയും ഈ കവർച്ചയെപ്പറ്റി ആരുമറിഞ്ഞിരുന്നില്ല. കൈയുറകൾ ധരിച്ചിരുന്നതിനാൽ മോഷ്ടാക്കളുടേതായ വിരലടയാളമൊന്നു പോലും അവിടെയുണ്ടായിരുന്നില്ല. പത്തുമീറ്റർ ദൂരം വരെയേ സ്നിഫർനായകൾക്ക് പിന്തുടരാൻ സാധിച്ചിരുന്നുള്ളുവെന്നതിൽ നിന്നും അവിടെ നിർത്തിയിട്ടിരുന്ന വാഹനത്തിലാണ് അവർ പിന്നീട് സഞ്ചരിച്ചിട്ടുണ്ടാകുകയെന്ന് അനുമാനിക്കപ്പെട്ടെങ്കിലും ആ ഭാഗങ്ങളിലെ CCTV ക്യാമറകളെല്ലാം ആദ്യമേ തന്നെ ദിശ തിരിച്ചുവച്ചിരുന്നതിനാൽ മോഷ്ടാക്കൾ ഏതുഭാഗത്തേക്കാണ് സഞ്ചരിച്ചതെന്ന അറിവുപോലും പൊലീസിന് ലഭ്യമല്ലായിരുന്നു.

അത്രയും ആസൂത്രിതമായ കവർച്ചയാണെന്നതിനാൽ അതിനുപിന്നിൽ ഏതെങ്കിലും അന്തർ സംസ്ഥാന കവർച്ചാസംഘം തന്നെയായിരിക്കുമെന്ന പ്രാഥമിക നിഗമനത്തിന്റെ അടിസ്ഥാനത്തിൽ അത്തരം സംഘങ്ങളുടെ സാന്നിധ്യം കേന്ദ്രീകരിച്ച് അന്വേഷണം നടത്തിനോക്കിയെങ്കിലും അതിനുവേണ്ട തെളിവുയാതൊന്നും ലഭിച്ചില്ല. പിന്നെയുണ്ടായിരുന്ന സാധ്യതയായ ജീവനക്കാരാരുടെയെങ്കിലും സഹായത്തോടെയുള്ള കൊള്ളയെന്ന രീതിയിലുള്ള അന്വേഷണത്തിൽ ജീവനക്കാരെല്ലാം നിരപരാധികളെന്ന് തെളിയുകയും ചെയ്തതോടെ അന്വേഷണം ഒരുതരത്തിലും മുന്നോട്ട് നീങ്ങാതെ പോലീസ് വകുപ്പ് പഴികളേറ്റുവാങ്ങിക്കൊണ്ടിരിക്കുന്ന സമയത്താണ് ഡി.ജി.പി നേരിട്ട് അതിന്റെ അന്വേഷണചുമതല അന്നത്തെ ജില്ലാമേധാവിയായിരുന്ന രഘുരാമനെ ഏൽപ്പിക്കുന്നത്. മുന്നോട്ടൊരു അന്വേഷണമാർഗം നിർദ്ദേശിക്കാൻ സാധിക്കാതെ പല ഉന്നതയുദ്യോഗസ്ഥരും പരാജപ്പെട്ടിടത്ത് ഇയാളെന്ത് മായാജാലമാണ് കാണിക്കാൻ പോകുന്നതെന്നറിയാൻ പോലീസ് വകുപ്പ് മുഴുവനായും വരുമല റോയൽ ഫിനാൻസ് കേസിലേക്ക് ഉറ്റുനോക്കി.

ആ കേസേറ്റെടുത്ത അദ്ദേഹം ജീവനക്കാരുടെ കൈകളും വായയും നൊടിയിടനേരം കൊണ്ട് ബന്ധിക്കാൻ വേണ്ടി മോഷ്ടാക്കളുയുപയോഗിച്ച നൈലോൺ കേബിൾ ടൈയെയും കാഠിന്യമുള്ള സ്റ്റിക്കിങ്ടേപ്പിനെയും കേന്ദ്രീകരിച്ചാണ് അന്വേഷണം നടത്തിയത്. ക്രൈം സീനിനുള്ളിൽ മോഷ്ടാക്കളുടേതായി അവർ ഉപേക്ഷിച്ചിട്ടുപോയ ആകെത്തെളിവ് അവ മാത്രമായിരുന്നതുകൊണ്ടാണോ അപ്രകാരം മുന്നോട്ടുനീങ്ങി

യതെന്ന പിന്നീടുള്ള ചോദ്യത്തിന് അദ്ദേഹം മറുപടി പറഞ്ഞത് അതിനേക്കാളേറെ ജീവനക്കാരെ ബന്ദികളാക്കാൻ മോഷ്ടാക്കൾ അവലംബിച്ച ആധുനികരീതി തനിക്ക് വളരെയധികം ആകർഷകമായി തോന്നിയെന്നാണ്. അവ ഇന്ത്യക്ക് പുറത്തുനിന്നുള്ള ഉത്പന്നങ്ങളാണെന്ന് കണ്ടെത്താൻ കുറച്ചു ദിവസങ്ങൾ വേണ്ടി വന്നെങ്കിലും ആ നിർണായക തെളിവ് അദ്ദേഹം അതിവിദഗ്ധമായി ഉപയോഗിച്ചു. അത്തരത്തിലുള്ള വസ്തുക്കൾ ഉപയോഗിച്ചിട്ടുള്ള കവർച്ചകൾ ഏതെങ്കിലും വിദേശരാജ്യങ്ങളിൽ നടന്നിട്ടുണ്ടോയെന്ന് ക്രൈം ബ്യൂറോയുടെ ഡാറ്റാബേസിൽ തെരച്ചിൽ നടത്തിയതിൻ പ്രകാരം മലേഷ്യയിലെ ഒരു സൂപ്പർമാർക്കറ്റിൽ പരാജയപ്പെട്ട ഇപ്രകാരത്തിലുള്ള കൊള്ളശ്രമത്തെപ്പറ്റിയുള്ള വിവരങ്ങൾ അദ്ദേഹത്തിന് ലഭിച്ചു. ആ വിവരത്തിൽനിന്നുംതന്നെ വരുമല റോയൽ ഫിനാൻസ് കവർച്ചയുമായി ബന്ധപ്പെട്ട ഏറ്റവും വലിയ തുമ്പും അദ്ദേഹം കണ്ടെത്തി. മലേഷ്യയിൽ നടന്നയാ കവർച്ചാശ്രമവുമായി ബന്ധപ്പെട്ട് പോലീസ് പിടിയിലായ മോഷ്ടാക്കളുടെ തലവൻ ശിവരഞ്ജൻ എന്ന മലയാളിയായിരുന്നു. അതിനെത്തുടർന്ന് ശിവരഞ്ജനെപ്പറ്റി നടത്തിയ അന്വേഷണത്തിൽ നിന്നും ഒൻപത് മാസങ്ങൾക്കുമുൻപ് മലേഷ്യയിലെ ജയിൽശിക്ഷ കഴിഞ്ഞിറങ്ങിയ അയാൾ കേരളത്തിലുണ്ടെന്നറിയാൻ സാധിച്ചു. കേരളത്തിലെ അങ്ങോളമിങ്ങോളമുള്ള കടകളിൽ നിത്യോപയോഗ സാധനങ്ങൾ വിതരണം ചെയ്തിരുന്ന സ്ഥാപനത്തിലെ ജീവനക്കാരായി ജോലി ചെയ്തുവന്നിരുന്ന ശിവരഞ്ജനെയും അനുയായികളെയും കസ്റ്റഡിയിലെടുത്തു നടത്തിയ ചോദ്യം ചെയ്യലിൽ അവർ കുറ്റം സമ്മതിക്കുകയും റോയൽ ഫിനാൻസിൽ നിന്നും മോഷണം പോയ സ്വർണവും പണവും അവരിൽ നിന്നും തൊണ്ടിമുതലായി കണ്ടെടുക്കുകയും ചെയ്തു. മറ്റു മൂന്ന് സ്ഥാപങ്ങളിൽ കൂടി അത്തരത്തിലുള്ള മോഷണം നടത്തിയിട്ട് വിദേശത്ത് കടക്കാനുള്ള പദ്ധതിയിലായിരുന്നു തങ്ങളെന്ന് ജയിലിലേക്ക് പോകുന്നതിനുമുമ്പ് അവർ കുറ്റസമ്മതം നടത്തി. ആ കവർച്ചയ്ക്ക് പിന്നിലെ മോഷ്ടാക്കളെ കണ്ടെത്തിയതിന് എസ്.പി രഘുരാമന് കുറ്റാന്വേഷണ മികവിനുള്ള 'ബാഡ്ജ് ഓഫ് ഓണർ' ബഹുമതി ലഭിക്കുകയുണ്ടായി.

നാല്

രഘുരാമനെന്ന പ്രഗത്ഭനായ അന്വേഷണോദ്യോഗസ്ഥനോടൊപ്പം മേലുദ്യോഗസ്ഥർക്ക് ഒട്ടും അഭികാമ്യനല്ലാത്ത എന്നെ ചേർത്തുവച്ചതിന്റെ വിരോധാഭാസത്തെപ്പറ്റി ചിന്തിച്ചുകൊണ്ടാണ് ഞാൻ അദ്ദേഹത്തെ കാണാനായി ചെന്നത്.

അനുമതി ലഭിച്ചതിൻ പ്രകാരം ഓഫിസുമുറിയിലേക്ക് പ്രവേശിക്കുമ്പോൾ, അദ്ദേഹം ഏതോ ഫയലിന്റെ ഗൗരവപൂർവ്വമായ വായനയിൽ മുഴുകിയിരിക്കുകയായിരുന്നു. മേലുദ്യോഗസ്ഥരുടെ പതിവു രൂപങ്ങൾക്ക് വിപരീതമായി, അദ്ദേഹത്തിന്റേത് ഒതുങ്ങിയതും ദൃഢതയുള്ളതുമായ ശരീരവും പ്രായത്തിനെക്കാൾ ഇളപ്പം തോന്നിക്കുന്ന രൂപഭംഗിയുമായിരുന്നു. കൊമ്പുതാഴ്ത്തി വളർത്തിയിരിക്കുന്ന മീശക്കടിയിൽ വിടർന്നുനിന്ന മന്ദഹാസം അദ്ദേഹത്തിന്റെ മട്ടിലും ഭാവത്തിലും ലാളിത്യം വീഴ്ത്തിയിരിന്നു.

കസേരയ്ക്കുനേരെ കൈ കാട്ടി ഇരിക്കാൻ ആവശ്യപ്പെട്ടതനുസരിച്ചുകൊണ്ട് എന്നെ പരിചയപ്പെടുത്താനൊരുങ്ങുമ്പോഴേക്കും, മുഖവുരയൊഴിവാക്കിക്കൊണ്ട് അദ്ദേഹം പറഞ്ഞു: “നാളെ മുതൽ നമ്മൾ ലൂക്കോ സെബാസ്റ്റ്യൻ ഇട്ടിച്ചിറയുടെ കൊലപാതകത്തെപ്പറ്റിയുള്ള അന്വേഷണം ആരംഭിക്കുകയാണ്.”

“കൊലപാതകമോ!?” ഞാൻ അതിശയപ്പെട്ടു: കാവതിപ്പോണിയിലേക്ക് ലൂക്കോ ഒറ്റക്കയ്ക്ക് നടത്തിയ കാർ യാത്രയ്ക്കിടയിൽ സ്വയം സംഭവിച്ച അപകടത്തിനപ്പുറം ഏതൊരു തെളിവുകളുമവശേഷിപ്പിക്കാത്തതായിരുന്നു അയാളുടെ മരണം. വാഹനങ്ങൾ തമ്മിൽ കൂട്ടിയിടിച്ചതിന്റെ അടയാളങ്ങളോ, അല്ലെങ്കിൽ ലൂക്കോയുടെ കാറിനെ ഇടിച്ചു തെറിപ്പിക്കാൻ തക്കശേഷിയുള്ള വലിയ വാഹനങ്ങൾ അതുവഴി കടന്നു പോയതിന്റെ CCTV ദൃശ്യങ്ങളോ ലഭിച്ചിട്ടില്ലായിരുന്നുവെന്നത് അതിന്റെ അന്വേഷണവുമായി ബന്ധപ്പെട്ടു പ്രവർത്തിച്ച ഞങ്ങളുടെ ബാച്ചുകാരൻ അരവിന്ദിൽ നിന്നും ഞാൻ കേട്ടറിഞ്ഞിട്ടുണ്ടായിരുന്ന കാര്യമാണ്.

“അതേ. അയാളുടെ മരണമൊരു കൊലപാതകമാണ്”; അദ്ദേഹമത് ആവർത്തിച്ചു.

എനിക്കുണ്ടായ ആശയക്കുഴപ്പം എന്റെ മുഖത്തിൽ നിന്നും മനസ്സിലാക്കിയിട്ടെന്നവണ്ണം അദ്ദേഹം കാര്യങ്ങൾ വിശദീകരിച്ചു: 'മരണാനന്തരച്ചടങ്ങുകളുടെ പൂർത്തീകരണം വരെ നിശബ്ദമായിരുന്ന ലൂക്കോയുടെ കുടുംബം അയാളുടെ മരണത്തിൽ ദുരൂഹതയുണ്ടെന്ന് കാട്ടി ആഭ്യന്തരമന്ത്രിയ്ക്കു നേരിട്ടൊരു പരാതി നൽകുകയുണ്ടായി. ഡ്രൈവറിനെ കൂട്ടാതെ വളരെച്ചെറിയ യാത്രകൾ പോലും നടത്താത്ത ലൂക്കോ ഒറ്റയ്ക്ക് ഇങ്ങനെയൊരു ദൂരയാത്ര പോകുന്നതിനെപ്പറ്റി അവരോടാരോടും സൂചിപ്പിച്ചിരുന്നില്ല. മാത്രവുമല്ല, അതിനടുത്ത ദിവസം നേരത്തെ മുൻകൂട്ടി നിശ്ചയിച്ചു വച്ചിട്ടുണ്ടായിരുന്ന പല പരിപാടികളിലും അയാൾക്ക് പങ്കെടുക്കേണ്ടതുമുണ്ടായിരുന്നു. ലൂക്കോയുടെ മരണത്തിനുപിന്നിൽ ഗൂഢാലോചനയോ, ചതിയോ ഉണ്ടെങ്കിൽ അതിനെ പുറത്തുകൊണ്ടുവരാൻ സഹായിക്കണമെന്ന അയാളുടെ കുടുംബത്തിന്റെ അഭ്യർത്ഥന മന്ത്രി അതിന്റേതായ ഗൗരവത്തിലെടുക്കുകയും AIG പ്രദീപ് ചന്ദ്രമേനോൻ ഐ. പി. എസിനോട് ഒരു രഹസ്യാന്വേഷണം നടത്താൻ ഉത്തരവിടുകയും ചെയ്തു. അങ്ങനെയാണ് അന്വേഷണം എന്നിൽ വന്നുചേർന്നത്.'

'പക്ഷേ, അതുകൊണ്ടുമാത്രം അതൊരു കൊലപാതകമാണെന്ന് ഉറപ്പിക്കാനാവില്ലല്ലോ?' ; ഞാൻ ഉള്ളാലെ ചോദിച്ചു. എന്നാൽ, അദ്ദേഹം മുഴുവനാക്കിയിട്ടില്ലായിരുന്നു.

അദ്ദേഹം പറഞ്ഞു: 'മെഴ്സിഡെസ് ബെൻസിന്റെ ആക്സിഡന്റ് റിസർച്ച് ടീം അപകടം സംഭവിച്ച ലൂക്കോയുടെ കാറിനെപ്പറ്റിയും പഠനം നടത്തിയിരുന്നുവെന്നറിയാനിടയായ ഞാൻ അതിന്റെ വിദഗ്ധരുമായി സംസാരിക്കുകയുണ്ടായി. അങ്ങനെയാണ് വളരെ നിർണ്ണായകമായ ആ തെളിവ് ലഭിച്ചത്.'

അശ്രദ്ധയോ, അവിചാരിതമായി നിയന്ത്രണം നഷ്ടപ്പെടുകയോ ചെയ്തതു കാരണം അപകടത്തിൽപ്പെട്ട ഒരു കാറിൽ നിന്നും എന്ത് തെളിവാണ് ലഭിച്ചിട്ടുണ്ടാകുക! എന്റെ ആകാംഷ ഇരട്ടിച്ചു.

ചെറിയ ലോഹച്ചീളുകളെപ്പോലെയെന്തിന്റെയോ ഫോട്ടോ മേശപ്പുറത്തേക്കെടുത്തു വച്ചിട്ട് അദ്ദേഹം പറഞ്ഞു: 'ലൂക്കോയുടെ കാറിന്റെ എഞ്ചിനുള്ളിൽ നിന്നും അതിന്റെ ഭാഗമല്ലാത്ത ഈ മെറ്റൽ പീസുകൾ അവർക്ക് ലഭിച്ചിട്ടുണ്ടായിരുന്നു. ഞാനതു വാങ്ങി ഫോറൻസിക് ബാലിസ്റ്റിക് വിഭാഗത്തിന്റെ പരിശോധനയ്ക്ക് കൊടുത്തതിൽ നിന്നും, അവ ഒരു ഷോട്ട് ഗൺ ഷെല്ലിന്റെ ഭാഗങ്ങളാണെന്ന് മനസ്സിലായി'; എനിക്കൊന്നും പിടികിട്ടിയില്ലെന്നു തോന്നിയതിനാൽ അവധാനപൂർവ്വം അദ്ദേഹം

പറഞ്ഞു: 'കുറച്ചും കൂടി വിശദീകരിച്ചാൽ, അമേരിക്കൻ സൈന്യം മുമ്പുകാലത്ത് ചെറുവിമാനങ്ങളുടെ യന്ത്രങ്ങളെ വരെ തകരാറിലാക്കാനായി ഷോട്ട് ഗണ്ണിലൂടെ പ്രയോഗിച്ചിരുന്ന Anti material slug എന്ന ഷെല്ലിന്റെ പ്രഹരാനന്തര ശേഷിപ്പുകളായിരുന്നു അവ. മരത്തിലിടിച്ചപ്പോൾ കാറിന്റെ ബോണറ്റ് വെന്റുകൾ പൂർണമായും തകർന്നു പോയിട്ടുണ്ടായിരുന്നതിനാൽ, അതിനുള്ളിലൂടെ വെടിയുണ്ടയുണ്ടാക്കിയ ചെറുദ്വാരവും അപ്രത്യക്ഷമായിട്ടുണ്ടായിരുന്നു. അതിനാൽ എഞ്ചിനുള്ളിലുണ്ടായ പൊട്ടലുകളും മറ്റും അപകടത്തിന്റെ ആഘാതത്തിലുണ്ടായവ മാത്രമെന്നേ കരുതപ്പെട്ടിരുന്നുള്ളൂ...'

'ശരിക്കും അങ്ങനെ സംഭവിച്ചിട്ടുണ്ടോ സാർ!!?'; ഒരു കെട്ടുകഥ പോലെ അവിശ്വസനീയമായ കൊലപാതക രീതിയുടെ അമ്പരപ്പിലകപ്പെട്ടുപോയ, ഞാൻ, അറിയാതെ ചോദിച്ചുപോയി.

'എന്തായാലും ലൂക്കോയുടെ മരണം കൊലപാതകമാണെന്ന് തിരിച്ചറിഞ്ഞിട്ടുള്ളത് അന്വേഷണം പൂർണമാകുന്നതുവരെയും നമ്മളല്ലാതെ മറ്റാരുമറിയാൻ പാടില്ല... ശരിക്കും വിശ്വസ്തനായ ഒരാളെത്തന്നെ അസിസ്റ്റന്റായി വേണമെന്ന എന്റെ നിർബന്ധത്തിന് വഴങ്ങിയാണ് തന്നെ എന്നോടൊപ്പം അയച്ചിരിക്കുന്നത്. I hope, I can trust you...'

'തീർച്ചയായും സാർ...'; കസേരയിൽ നിന്നും എഴുന്നേറ്റുനിന്ന്, മേലുദ്യോഗസ്ഥന്റെ ഔദ്യോഗിക നിർദേശങ്ങൾക്കുമുന്നിൽ പാലിക്കേണ്ട അറ്റെൻഷൻ സ്റ്റാൻഡിനൊപ്പം, ഉച്ചത്തിലാണ് ഞാനത് പറഞ്ഞത്.

'ലൂക്കോയുടെ കൊലയാളി ആരായാലും, അയാൾ വളരെയേറെ ബുദ്ധിമാനാണ്. അയാളിലേക്കെത്തിച്ചേരുക എളുപ്പമായിരിക്കില്ല...' ; അദ്ദേഹം മുന്നറിയിപ്പ് നൽകി.

എന്റെ മനസ്സ് പറഞ്ഞു: 'അങ്ങനെയെങ്കിൽ, രണ്ടു കൂർമ്മബുദ്ധികൾ തമ്മിലുള്ള മത്സരമാണിനി നടക്കാൻ പോകുന്നത്!'

അഞ്ച്

രഘുരാമൻ സാറിന്റെ പുരാവസ്തു ശേഖരണ കമ്പം ഡിപ്പാർട്ടുമെന്റിലുള്ളവർക്കിടയിലെ ഒരു പരിഹാസ വിഷയമായിരുന്നെന്നു തന്നെ പറയാം. അദ്ദേഹത്തിനോട് അസ്വാരസ്യമുള്ള ഉദ്യോഗസ്ഥരിൽ, ചിലർ അദ്ദേഹത്തെ 'ആക്രി രഘുരാമൻ' എന്ന് രഹസ്യസംബോധന നടത്തിയതിന് ഞാൻ സാക്ഷിയായിട്ടുമുണ്ട്. തനിക്കങ്ങനെയൊരു വിളിപ്പേരുണ്ടെന്ന് രഘുരാമൻ സാറിനുമറിയാമായിരുന്നെങ്കിലും, അദ്ദേഹമതൊട്ടും ഗൗനിക്കാറേയില്ലായിരുന്നു. 'നിങ്ങൾക്കു മുന്നിലിരിക്കുന്ന ഒരു പുരാവസ്തു, ഒരു നിമിഷത്തേക്കെങ്കിലും, നൂറ്റാണ്ടുകൾക്ക് മുൻപുള്ള ഒരു സംസ്ക്കാരത്തെ നിങ്ങൾക്ക് അനുഭവവേദ്യമാക്കിത്തരുന്നു'; ഇതായിരുന്നു പുരാവസ്തു ശേഖരണത്തെപ്പറ്റി ചോദിക്കുന്നവരോട് അദ്ദേഹം നൽകുമായിരുന്ന മറുപടി.

എന്നാൽ, എന്നിൽ കൂടുതൽ കൗതുകമുണ്ടാക്കിയത് അദ്ദേഹത്തിന്റെ ദൈനംദിന ജീവിതത്തിൽ അവ ഭാഗമാണെന്നതായിരുന്നു. പഴയ കാലത്തുണ്ടായിരുന്ന പോക്കറ്റ് വാച്ചായിരുന്നു അദ്ദേഹം സമയം നോക്കാനുപയോഗിച്ചിരുന്നത്. ഇപ്പോഴും സമയം കൃത്യമായി കാണിക്കുന്ന ആ മെക്കാനിക്കൽ വാച്ച് വിക്ടോറിയൻ കാലഘട്ടത്തിൽ നിലവിലുണ്ടായിരുന്ന വാൾതം എന്ന അമേരിക്കൻ വാച്ച് കമ്പനി നിർമ്മിച്ചതാണ്. ആ വാച്ചിന്റെയുള്ളിലുള്ള മെയിൻ സ്പ്രിങ് കേന്ദ്രീകൃത വൈൻഡിങ് സംവിധാനത്തെപ്പറ്റി ഒരിക്കൽ വാചാലനായതിൽ നിന്നും, അതിന്റെ പ്രവർത്തന സംവിധാനത്തെപ്പറ്റിയും അദ്ദേഹം അവഗാഹം നേടിയിട്ടുണ്ടെന്ന് മനസ്സിലാക്കാൻ സാധിച്ചു. വെങ്കലനിർമ്മിത വിക്ടോറിയൻ ഡോർബെല്ലായിരുന്നു ആധുനിക കോളിംഗ്ബെൽ സംവിധാനത്തിന് പകരം അദ്ദേഹം വീട്ടിൽ ഉപയോഗിച്ചിരുന്നത്. വാതിലിൽ തന്നെ ഘടിപ്പിച്ചിരിക്കുന്ന അതിന്റെ വൈൻഡിങ് കീ വലത്തോട്ട് കറക്കിക്കൊടുത്താൽ, തനിയെ ഇടത്തോട്ട് തിരിച്ചുകറങ്ങുന്നതിനനുസരിച്ച് മണി ശബ്ദം കൂടി കേൾപ്പിക്കുമെന്നതായിരുന്നു അതിന്റെ പ്രത്യേകത. മൗത്ത്പീസും ഇയർപീസും വെവ്വേറെയായി പിടിക്കേണ്ട പഴയകാല ക്യാൻഡിൽസ്റ്റിക്ക് ടെലിഫോൺ അവിടത്തെ സ്വീകരണമുറിയിലിരിക്കുന്നതു കണ്ടപ്പോൾ, ന

വീന സംവിധാനങ്ങൾ ഘടിപ്പിച്ച പഴയകാല ഫോണിന്റെ റിപ്ലിക്കയാവും അതെന്നാണ് ഞാൻ കരുതിയത്. എന്നാൽ, ഒരു ടെക്നീഷ്യന്റെ സഹായത്തോടെ നവീനസംവിധാനങ്ങൾ കൂട്ടിച്ചേർത്ത പഴയകാല ടെലിഫോൺ തന്നെയാണതെന്ന് അദ്ദേഹത്തിൽനിന്നും അറിയാൻ സാധിച്ചു. 1845–ൽ ബ്രിട്ടീഷ് ഈസ്റ്റ് ഇന്ത്യ കമ്പനി നിർമിച്ചതും, അതിന്റെ പാദത്തിനുള്ളിലൂടെയുള്ള ലോഹക്കുഴലിനുള്ളിൽ കത്തിച്ചുവയ്ക്കുന്ന മണ്ണെണ്ണ വിളക്കുണ്ടാക്കുന്ന താപോർജ്ജമുപയോഗിച്ച് കറങ്ങുന്നതുമായ ടേബിൾ ഫാനാണ് വൈദ്യുതിയില്ലാത്ത സമയങ്ങളിൽ അദ്ദേഹം കാറ്റ് കൊള്ളാനായി ഉപയോഗിച്ചിരുന്നത്. രാത്രിവായനയ്ക്കും മറ്റും അദ്ദേഹമുപയോഗിച്ചിരുന്നതാകട്ടെ, പഴയകാല നാവികരുടെ കൊടുംകാറ്റിലും കെട്ടുപോകാത്ത ഹരിക്കെയ്ൻ ലാമ്പായിരുന്നുതാനും. ഇവയ്ക്കൊക്കെ പുറമേ, ചരിത്രമജ്ഞാതമായ പുരാതന നാണയങ്ങളുടെയും, രാജകീയ മുദ്രകളുടെയുമൊക്കെ അമൂല്യമായൊരു ശേഖരവുമുണ്ടായിരുന്നു. ആധുനികതയുടെ അടുത്ത ഘട്ടം സൃഷ്ടിക്കാൻ വെപ്രാളപ്പെടുന്ന അനേകർക്കിടയിലെ, പൂർവ്വികരെപ്പറ്റി ചികയുന്ന അപൂർവ്വരോട് എനിക്കൊരു മമതയുണ്ടായത്, രഘുരാമൻ സാറിനെ കണ്ടുമുട്ടിയതു മുതലാണെന്നു തന്നെ പറയാം.

ഒരിക്കൽ, ഞാൻ അദ്ദേഹത്തിനോട് ചോദിച്ചു: 'സാറ് ശരിക്കുമൊരു ചരിത്രകാരൻ ആവേണ്ടയാളായിരുന്നു... വഴിതെറ്റി പോലീസ് ഡിപ്പാർട്ടുമെന്റിലകപ്പെട്ടു പോയതാണോ?...'

അതിനു അദ്ദേഹം തന്ന മറുപടിയിങ്ങനെയായിരുന്നു– ഒരു പുരാവസ്തുവിലൂടെ മൺമറഞ്ഞുപോയ ഒരു സംസ്ക്കാരത്തെ അനാവരണം ചെയ്യുന്നതിന് തുല്യമാണ് ഒരു തെളിവിലൂടെ നിങ്ങൾക്ക് മുന്നിൽ ഒളിഞ്ഞിരിക്കുന്ന ഒരു കുറ്റകൃത്യത്തിന്റെ ചുരുളഴിയിപ്പിക്കുന്നത്... രണ്ടിടത്തും നിങ്ങളന്വേഷിക്കുന്നത് ചരിത്രം തന്നെയാണ്. അതിനായ് നിങ്ങൾക്കാവശ്യം ക്ഷമയാണെന്ന് മാത്രം, ഇരയെ കാത്തിരിക്കുന്ന ഒരു വേട്ടക്കാരനോളം ക്ഷമ!

ആറ്

കാവതിപ്പോണിയിലേക്കുള്ള വഴിയിൽ, വളരെ ശ്രദ്ധയോടെ, കുറഞ്ഞ വേഗതയിൽ മാത്രം ഓടിച്ചുപോകാൻ സാധിക്കുന്ന അല്പം വലിയൊരു ഹെയർപിൻ വളവ് നിവരുന്നിടത്തായിരുന്നു ലൂക്കോയുടെ കാറപകടം സംഭവിച്ചത്. അവിടം പൊതിഞ്ഞു കിടക്കുന്ന പച്ചപ്പിന്റെ സൗന്ദര്യത്തിൽ നിന്നും ശ്രദ്ധ വീണ്ടെടുക്കുക നന്നേ പ്രയാസകരമായിരുന്നു. അവിടെയെത്തിയതുമുതൽ, നിശബ്ദനായി പരിസരം വീക്ഷിച്ചു നിൽക്കുകയായിരുന്നതിനാൽ രഘുരാമൻ സാറും എന്നെപ്പോലെ അവിടത്തെ പ്രകൃതിരമണീയത ആസ്വദിക്കുകയായിരിക്കുമെന്നാണ് ഞാൻ കരുതിയത്.

റോഡിനോട് ചേർന്നുനീണ്ട മലഞ്ചരിവിനറ്റത്ത് നിന്നും തുടങ്ങുന്ന കുന്നു നോക്കിക്കൊണ്ടു, അദ്ദേഹം പറഞ്ഞു: 'ഒന്നുകിൽ ഒരു കെണിയൊരുക്കി ലൂക്കോയെ അതിലേക്ക് വീഴ്ത്തുകയായിരുന്നു, അല്ലെങ്കിൽ, ലൂക്കോയുടെ യാത്രയെപ്പറ്റി അറിയാവുന്നയൊരാൾ!'

എന്തുകൊണ്ടാണ് അദ്ദേഹമങ്ങനെ പറഞ്ഞതെന്ന് എനിക്കപ്പോൾ മനസ്സിലായില്ല.

'സാവധാനം ഹെയർപിൻ വളവ് തിരിഞ്ഞുവന്ന കാറിനുനേരെ, ഏതാണ്ട് നൂറുമീറ്റർ അകലത്തിനുള്ളിൽ നിന്നും വെടിവയ്ക്കാൻ സാധിച്ച, ആ കുന്നുള്ള ഇവിടം നൽകുന്ന സൂചന ലൂക്കോയുടെ കൊലപാതകത്തിനു പിന്നിൽ വളരെ ആസൂത്രിതമായ ഒരു പദ്ധതിയുണ്ടായിരുന്നുവെന്നാണ്.'; അദ്ദേഹത്തിന്റെ നിഗമനചാതുര്യം എന്നെ ശരിക്കും അത്ഭുതപ്പെടുത്തുക തന്നെ ചെയ്തു, ഒപ്പം, അദ്ദേഹമവിടത്തെ പ്രകൃതിഭംഗി ആസ്വദിക്കുക മാത്രമല്ല ചെയ്തുകൊണ്ടിരുന്നതെന്ന് ജാള്യത്തോടെ ബോധ്യപ്പെടുകയുമുണ്ടായി.

'സഞ്ചരിച്ചുകൊണ്ടിരിക്കുന്ന കാറിന്റെ ഒരു പ്രത്യേകഭാഗത്തിൽ ബുള്ളെറ്റ് കൊള്ളിക്കണമെങ്കിൽ... He must be a well skilled sharp shooter! ഒരു വാടക കൊലയാളിയെ ഉപയോഗിച്ചതാകാനും സാധ്യതയുണ്ട്...'; മരങ്ങൾക്കിടയിലൂടെ കോടമഞ്ഞ് നൂഴ്ന്നിറങ്ങിക്കൊണ്ടിരിക്കുന്ന ആ കുന്നിന്റെ സൗന്ദര്യമാസ്വദിക്കുന്നതിനിടയിൽ അദ്ദേഹം കൂട്ടിച്ചേർത്തു.

'സാർ, എന്തിനായിരിക്കും ലൂക്കോ കൊല്ലപ്പെട്ടത്?'; ഒരുപക്ഷേ, അദ്ദേഹത്തിന് ഇതിനകം അതിനെപ്പറ്റിയൊരു ഊഹമുണ്ടായിക്കാണുമെന്ന് എനിക്ക് തോന്നി.

'ഞാൻ മനസ്സിലാക്കിയിടത്തോളം, ബിസിനസ്സ്പരമായ സാമ്പത്തികയിടപാടുകൾ സംബന്ധിച്ച് ലൂക്കോയ്ക്ക് പ്രത്യക്ഷത്തിലോ, അയാളുടെ കുടുംബത്തിന്റെ അറിവിലോ ശത്രുക്കളാരുമില്ല. അയാളുടെ മരണത്തിലുണ്ടായിരിക്കുന്ന അസ്വാഭാവികത മാത്രമാണ് അതൊരു കൊലപാതകമാകാമെന്ന സംശയത്തിലേക്കവരെ നയിച്ചത്.'

'ലൂക്കോയുടെ മരണം ശരിക്കുമൊരു കൊലപാതകം തന്നെയാണെന്ന് അവരിപ്പോഴും അറിഞ്ഞിട്ടില്ലേ സാർ?'; ഉണ്ടായിരിക്കില്ലെന്ന് തോന്നിയിട്ടുണ്ടായിരുന്നെങ്കിലും, അതൊന്നുറപ്പിക്കാനായി ഞാൻ തെരക്കി.

'ഇല്ല. അയാളുടെ മരണം കൊലപാതകമാണെന്ന് തിരിച്ചറിഞ്ഞിട്ടുണ്ടെന്ന് കൊലയാളിയറിഞ്ഞാൽ, നമ്മുക്കുവേണ്ടി അവശേഷിച്ചിരിക്കുന്ന അവസാനത്തെ തെളിവും കൂടി അയാൾ നശിപ്പിക്കാൻ സാധ്യതയുണ്ട്. കൊലയാളിയിലെത്തുംവരെയും അതൊരു രഹസ്യമായിത്തന്നെ തുടരണം.'; അദ്ദേഹമത് ഒന്നുകൂടി ഓർമിപ്പിച്ചു.

അവിടെന്നുള്ള മടക്കയാത്രയ്ക്കിടയിൽ രഘുരാമൻ സാറിന് ആർക്കിയോളജിക്കൽ വകുപ്പ് ഓഫീസിനകത്തു നടന്നയൊരു ചടങ്ങിൽ പങ്കെടുക്കേണ്ടതുണ്ടായിരുന്നു. വളരെ കൗതുകരമായ ഒരു വിശേഷമാണ് അവിടെ സംഭവിച്ചത്. പുരു കാളിചരൺ എന്നൊരു ചെറുപ്പക്കാരന്റെ സ്വകാര്യശേഖരണത്തിലുണ്ടായിരുന്ന ഒരു ചെറുവജ്രം, വളരെ അമൂല്യവും ലോകപ്രശസ്തവുമായ ഗോൽക്കൊണ്ട വജ്രഗണത്തിൽ നിന്നുമുള്ളതാണെന്ന സ്ഥിരീകരണ ചടങ്ങായിരുന്നുവത്. അതിലേക്കായി അർക്കിയോളോജിക്കൽ സർവ്വേ ഓഫ് ഇന്ത്യയുടെ ഡയറക്ടർ ഓഫീസിൽ നിന്നുള്ള ഉദ്യോഗസ്ഥരും, ലോകത്തിന്റെ വിവിധയിടങ്ങളിൽ നിന്നുമുള്ള ജെമോളജിസ്റ്റുകളും അവിടെ സന്നിഹിതരായിട്ടുണ്ടായിരുന്നു. ആഭരണക്കല്ലുകളെപ്പറ്റി ശാസ്ത്രീയമായി പഠിച്ച കൂട്ടരാണെന്നതിനാൽ, അവയുടെ സ്ഥിരീകരണവും മൂല്യനിർണയവും നടത്തുന്ന വിദഗ്ദ്ധരാണ് ജെമോളജിസ്റ്റുകളെന്നതും, രഘുരാമൻ സാറിൽ നിന്നുതന്നെ മനസ്സിലാക്കിയതാണ്. ആ ചടങ്ങിന് സാക്ഷിയാകുന്നതിനുവേണ്ടി വിദേശീയരും സ്വദേശിയരുമായിട്ടുള്ള ആന്റിക്യൂ ഡീലർമാരെയും, പുരാവസ്തു ശേഖരണക്കാരെയുമൊക്കെ ക്ഷണിച്ചിട്ടുള്ളതിൻപ്രകാരമാണ് രഘുരാമൻ സാറും അതിൽ പങ്കെടുത്തത്. ചടങ്ങ് നടക്കുന്ന ഹാളിലേക്ക് ക്ഷ

ണിക്കപ്പെടാത്ത അതിഥികൾക്ക് പ്രവേശനമില്ലായിരുന്നതിനാൽ, രഘുരാമൻ സാറിന്റെ മടങ്ങിവരവിനായ് പുറത്തു കാത്തുനിൽക്കുക മാത്രം ചെയ്യേണ്ടിവന്നത് എന്നെ വല്ലാതെ നിരാശപ്പെടുത്തി. അൾട്രാ വയലറ്റ് രശ്മികളുടെ ഹ്രസ്വതരംഗങ്ങളെ അങ്ങേയറ്റം പ്രതിഫലിപ്പിച്ചതിനാൽ, ആ ചെറുപ്പക്കാരന്റെ പക്കലുണ്ടായിരുന്നത് ഗോൽക്കൊണ്ടയിൽ നിന്നുള്ള പ്രകൃതിദത്ത വജ്രം തന്നെയാണെന്ന് ജെമോളജിസ്റ്റുകൾ അംഗീകരിച്ചതായി ചടങ്ങു കഴിഞ്ഞെത്തിയ രഘുരാമൻ സാറിൽ നിന്നുമറിയാൻ സാധിച്ചു.

'ചക്രവർത്തിമാരുടെ കിരീടത്തിലായിരുന്നു ഗോൽക്കൊണ്ട വജ്രങ്ങളുടെ സ്ഥാനമെന്നതിനാൽ, അത് കൈവശമുണ്ടാകുകയെന്നത്, നിങ്ങളെയൊരു ചക്രവർത്തിയ്ക്ക് തുല്യനാക്കുന്നു'; സ്ഥിരീകരണത്തിന്റെ സന്തോഷാധിക്യത്താൽ പുരു കാളിചരൺ പറഞ്ഞ വാക്കുകൾ, അതേപടി എന്നോട് കൈമാറിക്കൊണ്ടു അദ്ദേഹം പറഞ്ഞു: 'നൈട്രജൻ തീരെ അടങ്ങിയിട്ടില്ലെന്നതിനാൽ ഗോൽക്കൊണ്ട ഖനിയിൽ നിന്നും ലഭിച്ച വജ്രങ്ങളൊക്കെയും സ്ഫടികതുല്യമായ നൈമർല്യത്തോടൊപ്പം ഉജ്ജ്വലമായി ശോഭിക്കുന്നവയാണ്. ഭൂമിയിൽ നിന്നും ഖനനം ചെയ്തെടുത്ത ഏറ്റവും പരിശുദ്ധവും അത്യപൂർവ്വവുമായ വജ്രങ്ങളായതിനാൽ, അവയെ Type 2A എന്ന പ്രത്യേക വിഭാഗത്തിൽപ്പെടുത്തിയിരിക്കുന്നു. അവയുടെ ഇന്നത്തെ മതിപ്പ് ലക്ഷം കോടികളാണ്. അത്തരത്തിലുള്ള ഏതോ വജ്രത്തിൽ നിന്നും മുറിച്ചു മാറ്റപ്പെട്ട ഒരു ചെറുകക്ഷണമാണ് പുരു കാളിചരണിന്റെ കൈയിൽ വന്നുപെട്ടത്.'

ഈ വക കാര്യങ്ങളെക്കുറിച്ചു ആദ്യമായി കേൾക്കുകയായിരുന്നതിനാലുണ്ടായ വിസ്മയത്താൽ ഗോൽക്കൊണ്ട ഖനിയെപ്പറ്റി കൂടുതലറിയാൻ വേണ്ടി ചോദിച്ചപ്പോൾ അദ്ദേഹം പറഞ്ഞു തന്നു: 'ആന്ധ്രപ്രദേശിലെ കൃഷ്ണാ നദിക്കരയിലുണ്ടായിരുന്ന ഗോൽക്കൊണ്ട ലോകത്തിലെ ആദ്യത്തെ വജ്രഖനിയാണ്. സഹസ്രാബ്ദങ്ങൾക്ക് മുൻപ് തന്നെ മനുഷ്യൻ അവിടെ നിന്നും തിളക്കമുള്ള കല്ലുകൾ കുഴിച്ചെടുക്കാൻ തുടങ്ങിയിരുന്നതായി വിശ്വസിക്കപ്പെടുന്നു. ലോക പ്രശസ്തമായ കോഹിനൂർ രത്നം പന്ത്രണ്ടാം നൂറ്റാണ്ടിൽ അവിടം ഭരിച്ചിരുന്ന കാകാത്തിയരുടെ കാലത്തെ ഖനനത്തിൽ കണ്ടെടുത്തതാണ്. ഖനിയിൽ നിന്നും ലഭിച്ചിരുന്ന സ്ഫടികം പോലെ തിളങ്ങുന്ന കല്ലുകളെ മുറിച്ചു മിനുസപ്പെടുത്തി വിലയേറിയ വജ്രങ്ങളാക്കി മാറ്റിയിരുന്ന ഗോൽക്കൊണ്ട കോട്ട, കുത്തബ് ഷാഹികളുടെ ഭരണകാലത്ത് ലോകത്തിലാദ്യത്തെ വജ്രവി

പണിയായി മാറി. യൂറോപ്പിൽ നിന്നുവരെ വജ്രവ്യാപാരികൾ അങ്ങോട്ടേക്കെത്തിയിരുന്നതിനാൽ ലോകത്തിന്റെ വജ്രതലസ്ഥാനമെന്നുപോലും ഒരു നൂറ്റാണ്ടോളം അവിടം വിളിക്കപ്പെട്ടിരുന്നു. എന്നാൽ, ഈ അമൂല്യങ്ങളായ വജ്രങ്ങളൊക്കെയും കണ്ടെടുത്ത ഗോൽക്കൊണ്ടയിലെ ഖനിപ്രദേശം ഏതായിരുന്നവെന്നത് ഇന്ന് അജ്ഞാതമാണ്.'

ഏഴ്

അന്വേഷണവുമായി ബന്ധപ്പെട്ട് എന്നെയൊരു ജോലിയേല്പിക്കാനുണ്ടെന്നും, രാവിലെ ഓഫീസിൽ വച്ച് അതിനെപ്പറ്റി വിശദമായി പറഞ്ഞുതരാമെന്നും, തലേ ദിവസം പിരിയുന്നതിനുമുൻപ് അദ്ദേഹമെന്നോട് പറഞ്ഞപ്പോൾ മുതൽ, അതെന്തായിരിക്കുമെന്നറിയാൻ എനിക്ക് കൗതുകമുണ്ടായി. കാരണം, പതിവ് പോലീസ് രീതികളിൽ നിന്നൊക്കെ വ്യത്യസ്തമായി ലൂക്കോയുടെ മരണം ഒരു കൊലപാതകമാണെന്നത് രഹസ്യമാക്കിവച്ചാണ് അന്വേഷണം നടത്തേണ്ടതെന്നതിനാൽ, അയാളുടെ കൊലയാളിയെ കണ്ടെത്താനുള്ള അന്വേഷണം എവിടെ നിന്നായിരിക്കും ആരംഭിക്കാൻ പോകുന്നതെന്ന് ഞാൻ പലവട്ടം ചിന്തിച്ചുനോക്കിയുണ്ടായിരുന്നു. എന്നാൽ , അപ്പോഴൊന്നും എനിക്കൊരുത്തരം ലഭിച്ചിരുന്നില്ലെന്നതാണ് വാസ്തവം. കുറ്റവാളിയായിരിക്കുമെന്ന് സംശയിക്കപ്പെടുന്ന രീതിയിലുള്ളയൊരാൾ മുന്നിലില്ലെന്നതു കൊണ്ട് അങ്ങനെയുള്ള ഒരാളെയോ, ഒരു കൂട്ടം ആളുകളെയോ കണ്ടെത്തുകയായിരിക്കും ആദ്യപടിയെന്ന് മനസ്സിൽ കണക്കുകൂട്ടികൊണ്ടാണ് ഞാൻ അന്നുരാവിലെ അദ്ദേഹത്തിന്റെ മുന്നിലേക്ക് ചെന്നത്.

'കാവതിപ്പോണിയിലെ വിജനമായൊരിടത്ത്, രഹസ്യമായി, ഒറ്റയ്ക്ക് കാറോടിച്ചെത്തിയ ലൂക്കോ തന്നെയാണ് കൊലയാളിയെ പകുതി സഹായിച്ചിരിക്കുന്നതെന്നതിനാൽ, ലൂക്കോയുടെ ആ യാത്രയെപ്പറ്റി അറിയാവുന്നയൊരാളാണ് കൊലയാളിയെന്നതിൽ സംശയമില്ല. ലൂക്കോയോട് അത്രയേറെയടുപ്പമുള്ളയൊരാൾക്കേ അയാളുടെ ആ യാത്രയെപ്പറ്റിയറിയാൻ സാധിക്കുവെന്നതുകൊണ്ട്, ആദ്യം ലൂക്കോയെപ്പറ്റിത്തന്നെയാണ് നമ്മൾ അറിഞ്ഞിരിക്കേണ്ടത്'; അത്രയും പറഞ്ഞിട്ട് അദ്ദേഹമൊരു ഫയലെടുത്തു മേശപ്പുറത്തുവച്ചു. ഞാൻ ആദ്യമായി കാണാൻ വരുമ്പോൾ അദ്ദേഹം വായിച്ചുകൊണ്ടിരുന്ന ഫയലായിരുന്നുവതെന്ന് എനിക്ക് മനസിലായി. ഫയൽ തുറക്കാതെ തന്നെ അതിനുള്ളിലെ കാര്യങ്ങളോരോന്നായി അദ്ദേഹം വിവരിക്കാൻ തുടങ്ങി: 'ജോൺ സെബാസ്റ്റ്യൻ ഇട്ടിച്ചിറയെന്ന ധനികനായ അപ്പനിൽ നിന്നും ബിസിനസ് ഭാരം ഏറ്റെടുക്കുമ്പോൾ, ഏക മകനായ ലൂക്കോ സെബാസ്റ്റ്യൻ ഇട്ടിച്ചിറയ്ക്ക് ഇരു

പത്തിയേഴ് വയസ് മാത്രമായിരുന്നു പ്രായം. ചെറുപ്പത്തിന്റെ എടുത്തുചാട്ടം കൊണ്ടാകാം, അപ്പൻ കെട്ടിപ്പടുത്തിയ ബിസിനസ് സാമ്രാജ്യം ഭദ്രമാക്കി മുന്നേറുന്നതിൽ, ലൂക്കോ പലപ്പോഴും പരാജയപ്പെട്ടിരുന്നു. ജോൺ സെബാസ്റ്റ്യൻ ഇട്ടിച്ചിറ സ്ഥാപിച്ച, ഇട്ടിച്ചിറ ഗ്രൂപ്പ് ഓഫ് കമ്പനീസിന്റെ കീഴിലുണ്ടായിരുന്ന മുപ്പത്തിയേഴ് സ്ഥാപനങ്ങളിൽ എട്ടെണ്ണം ലൂക്കോയ്ക്ക് പലപ്പോഴായി വിൽക്കേണ്ടി വന്നിട്ടുണ്ട്. അതുകൊണ്ടു തന്നെ, മറ്റു ബിസിനസ്ടൈക്കൂണുകൾക്ക് ലൂക്കോ ഒരു ഭീഷണിയായിരുന്നില്ലെന്ന് വേണം കരുതാൻ. ഭാര്യ, മകൻ, മകൾ എന്നിവർ അടങ്ങുന്ന നാലംഗ കുടുംബം. വെള്ളിമറ്റം കുടുംബത്തിലെ ഏകസന്തതിയാണ് ഭാര്യ എലിസബത്ത് ലൂക്കോയെന്നതിനാൽ, ആ വഴിയ്ക്ക് മറ്റ് ബന്ധങ്ങളില്ല. മകൾ സെലീനയുടേത് ഇരുകുടുംബങ്ങളുടെയും എതിർപ്പില്ലാതെയുള്ള പ്രേമവിവാഹമായിരുന്നു. ഇട്ടിച്ചിറ കുടുംബത്തിന്റെ ഇരട്ടിയോളം ആസ്തിയുള്ള തൂമ്പക്കൽ കുടുംബത്തിലെ ഏക ആൺതരിയാണ് മകളുടെ ഭർത്താവായ ഡെയ്സൺ ഡാനിയേൽ തൂമ്പക്കൽ. മകൻ ആൽവിൻ സെബാസ്റ്റ്യൻ ഇട്ടിച്ചിറ, അവിവാഹിതനും, അമേരിക്കയിൽ ബിസിനസ് പഠനം നടത്തിക്കൊണ്ടിരിക്കുന്നവനുമാണ്. ഇട്ടിച്ചിറ ഗ്രൂപ്പ് ഓഫ് കമ്പനീസിന്റെ പുതിയ മാനേജിങ് ഡയറക്ടറായിട്ട് മകന്റെ പേര് ലൂക്കോ ഒരിക്കൽ പ്രഖ്യാപിച്ചതുപോലുമാണ്. അമേരിക്കയിലെ പഠനം പൂർത്തിയാക്കിയിട്ടേ അത്രയും വലിയ ചുമതല ഏറ്റെടുക്കുന്നുള്ളുവെന്നറിയിച്ച് ആൽവിൻ സ്വയം മാറി നിൽക്കുകയായിരുന്നു. കുടുംബസുഹൃത്തുക്കളെല്ലാം വിദേശങ്ങളിൽ സ്ഥിരതാമസമാക്കിയവരാണെന്നതിനാൽ, ലൂക്കോയുടെ മരണസമയത്ത് അവരാരുംതന്നെ നാട്ടിലില്ലായിരുന്നു. വൻ ബിസിനസ് നഷ്ടങ്ങൾ നേരിട്ട് സാമ്പത്തികമായി തകർന്നുനിൽക്കുന്ന ലൂക്കോയുമായി പാർട്ട്ണർഷിപ്പിലേർപ്പെടാൻ അടുത്തിടക്കൊന്നും ഒരാളും തയ്യാറായിട്ടില്ലെന്നതുകൊണ്ട്, ലൂക്കോയുടെ മരണത്തിലൂടെ നേടിയെടുക്കാൻ കഴിയുന്ന ബിസിനസ് സംരംഭങ്ങളുമില്ല.'

അദ്ദേഹത്തിന്റെ ആ നീണ്ട വിവരണത്തിൽ നിന്നും ലൂക്കോ സെബാസ്റ്റ്യൻ ഇട്ടിച്ചിറയെന്ന വ്യവസായിപ്രമുഖന്റെ മുഴുവൻ ജീവചരിത്രം തന്നെ കേട്ടതുപോലെ എനിക്ക് തോന്നി. എന്നാൽ, ആ പറഞ്ഞവയിലൊന്നും സംശയിക്കാൻ തക്കവണ്ണം ആരുമില്ലാത്തതിനാൽ, ഞാൻ എന്റെ മനസ്സിലപ്പോൾ തോന്നിയ സാധ്യത അദ്ദേഹത്തിനോടവതരിപ്പിച്ചു: 'ലൂക്കോയുടെ കൊലപാതകത്തിൽ അയാളുടെ ജീവനക്കാരിൽ ആർക്കെങ്കിലും പങ്കുണ്ടാകാനിടയില്ലേ?'

'ലൂക്കോയുടെ കുടുംബം നൽകിയ പരാതിയിൽമേലുള്ള പ്രാഥമിക

യന്വേഷണമെന്ന നിലയ്ക്ക്, എന്റെ ആവശ്യപ്രകാരം അയാളുടെ സ്ഥാപനങ്ങളിൽ രഹസ്യമായി നടത്തിയ ഓഡിറ്റിങ്ങിൽ സാമ്പത്തികതിരിമറികൾ ഒന്നുംതന്നെ കണ്ടെത്തിയിട്ടില്ല'; ആ നിലയ്ക്കും അദ്ദേഹം വളരെ മുൻപേതന്നെ നീങ്ങിയുണ്ടായിരുന്നുവെന്ന് എനിക്കപ്പോൾ ബോധ്യപ്പെട്ടു.

അടുത്ത നീക്കത്തെപ്പറ്റിയൊരു ഊഹമില്ലാതിരുന്നതിനാൽ, അദ്ദേഹത്തോട് ഞാൻ ചോദിച്ചു: 'ആരിൽ നിന്നുമാരംഭിക്കാനാണ് സാർ ഉദ്ദേശിക്കുന്നത്?'

'ലൂക്കോയുടെ ഡ്രൈവറിൽ നിന്നും.'

അദ്ദേഹത്തിന്റെ ആ മറുപടി എന്നെ അമ്പരപ്പിച്ചു. കാരണം, അങ്ങനെയൊരാൾ എന്റെ ചിന്തയിലേ ഇല്ലായിരുന്നു. ചിന്തിച്ചുനോക്കിയപ്പോൾ, മറ്റാരെക്കാട്ടിയും ലൂക്കോയുടെ ഒറ്റയ്ക്കുള്ള യാത്രയെപ്പറ്റി അറിവുണ്ടായിരിക്കാൻ സാധ്യതയുള്ളത് അയാൾക്കായിരിക്കുമെന്ന് എനിക്കും തോന്നി.

അദ്ദേഹം തുടർന്നു: 'അതിനെപ്പറ്റിയാണ് ഇന്നലെ ഞാൻ തന്നോട് സൂചിപ്പിച്ചത്. ലൂക്കോയുടെ ഡ്രൈവറിൽ നിന്നും അയാളുടെ സ്വകാര്യയാത്രകളെപ്പറ്റിയുള്ള വിവരങ്ങൾ സംഘടിപ്പിച്ചെടുക്കുകയെന്നതാണ് താൻ ചെയ്യേണ്ട ജോലി. അതുപക്ഷേ യൂണിഫോമിലുള്ളൊരു പോലീസ് ഓഫീസറിന്റെ ചോദ്യം ചെയ്യലായിട്ടല്ല വേണ്ടത്. അങ്ങനെയാണെങ്കിൽ, അന്വേഷണത്തിന്റെ രഹസ്യസ്വഭാവം നഷ്ടപ്പെടുമെന്നതു തന്നെയാണ് പ്രധാനകാരണം. പിന്നെ, ഡ്രൈവർ ലൂക്കോയുടെ വിശ്വസ്തനാണെങ്കിൽ, പലതും ഒരു പോലീസ് ഓഫീസറോട് മറയ്ക്കാനും സാധ്യതയുണ്ട്.'

അദ്ദേഹം പറഞ്ഞ ജോലി എന്നെക്കൊണ്ട് നടപ്പാക്കാൻ പറ്റുമോയെന്നതിൽ ഞാൻ സംശയിച്ചു. പോലീസ് ബുദ്ധിയെക്കാട്ടി അഭിനയപാടവമായിരുന്നു അതിന് കൂടുതലാവശ്യമെന്നതു തന്നെയായിരുന്നു കാരണം. എത്രമാത്രം വിജയകരമാവുമെന്ന് ഉറപ്പുണ്ടായിരുന്നില്ലെങ്കിലും, രണ്ടു ദിവസത്തിനകം അത് ചെയ്യാമെന്നേറ്റിട്ടാണ്, ഞാൻ അദ്ദേഹത്തിന്റെ ഓഫീസിൽ നിന്നുമിറങ്ങിയത്.

അന്നുരാത്രി, അത്താഴത്തിനുശേഷം കോട്ടേഴ്സിന് പുറത്തിരിക്കുമ്പോൾ, സഫൂറിന്റെ കോൾ വന്നു. പോലീസുകാരനാകാനുള്ള അഭിലാഷത്തിന്റെ തോത് സമാനമായതിനാലാകാം, എനിക്കെപ്പോഴും അഭയകൃഷ്ണന്റെ തനിപ്പകർപ്പാണെന്ന് തോന്നാറുണ്ടായിരുന്ന സഹമുറിയാനായിരുന്നു സഫൂർ. അവനെ ട്രെയിനിങ് അക്കാദമിയിലെത്തിച്ചത്

വലിയയൊരു ഷോപ്പിംഗ് മാളിലെ സെക്യൂരിറ്റിയായിരുന്ന അവന്റെ ബാപ്പയ്ക്കുനേരെ ആരോ ചൊരിഞ്ഞ, ബാപ്പയ്ക്ക് ഉച്ചഭക്ഷണവുമായെത്തിയ സഫൂർ കൂടികേൾക്കാനിടയായ, 'ഇവന്റെയൊക്കെ ഭാവം കണ്ടാ പോലീസാണെന്നാ വിചാരം' എന്ന പരിഹാസവാക്കുകളാണ്. 'സാര്യല്ലെടാ നമ്മള് സെക്ക്യൂരിറ്റികൾക്ക് ഇതൊക്ക പതിവാ...'; അങ്ങനെ പറഞ്ഞ് ബാപ്പ ആശ്വസിപ്പിച്ചെങ്കിലും, സഫൂറിന്റെയുള്ളിൽ അപ്പോഴേക്കും വീറുണ്ടായിക്കഴിഞ്ഞിരുന്നു. പോലീസുകാരനാവണമെന്ന വീറ്.

'ഡാ കാട്ടുമൂരി എന്റെയും ആമിനയുടെയും നിക്കാഹുറപ്പിച്ചൂട്ടോ'; കോൾ അറ്റൻഡ് ചെയ്തുടനെ അവൻ പങ്കിട്ട സന്തോഷവാർത്ത എന്നെയും സന്തോഷിപ്പിച്ചു. അക്കാദമിക് ട്രെയിനിങ്ങിന്റെ ഭാഗമായ ഒരു മാസത്തെ ജംഗിൾ ക്യാമ്പിനായി പുറപ്പെടുന്നതുമുതൽ സഫൂറിന്റെ മുഖത്തെ വിഷാദം ഞാൻ ശ്രദ്ധിച്ചിരുന്നു. അന്നത്തെ രാത്രി, ഉറങ്ങാൻ കഴിയാത്ത അസ്വസ്ഥതയോടെ അവൻ ടെന്റിനു പുറത്തേക്കിറങ്ങുന്നതു കണ്ടിട്ടാണ്, ഞാനും പുറകെ ചെന്നതും കാര്യം അന്വേഷിച്ചതും.

'ആമിനയുടെ ശബ്ദം കേക്കാതെ അവള്ടെ വിവരങ്ങളിയാതെ ഒര് വീർപ്പുമുട്ടല്... എനിക്കവളെ പിരിഞ്ഞിരിക്കാൻ പറ്റില്ലെടാ...'; നിറഞ്ഞ കണ്ണുകളും ഇടറിയ ശബ്ദവും കൊണ്ട് ഒരാണ് അവൻ സ്നേഹിക്കുന്ന പെണ്ണിനെപ്പറ്റി പറഞ്ഞത്, സിനിമയിയല്ലാതെ, ഞാൻ ആദ്യമായി അനുഭവിക്കുകയായിരുന്നു. പത്തുമണി വരെ അനുവാദമുള്ള കോയിൻ ഫോണിനുവേണ്ടിയുള്ള ക്യൂവിന്റെ മുന്നിൽ സ്ഥാനം നേടാൻ വേണ്ടി സഫൂർ തിരക്കുകൂട്ടി ഓടാറുള്ളതിന്റെ പിന്നിലെ കാരണം എനിക്ക് ബോധ്യമാകുന്നതുമപ്പോഴാണ്. സെക്ക്യൂരിറ്റിയുടെ മകൻ സഫൂറിന് തന്റെ മകളെ വിവാഹം ചെയ്തുകൊടുക്കാൻ എതിർപ്പുണ്ടായിരുന്ന ആമിനയുടെ ബാപ്പയ്ക്ക്, സബ് ഇൻസ്പെക്ടർ സഫൂറിന് അവളെ വിവാഹം ചെയ്തുകൊടുക്കാൻ സന്തോഷം മാത്രമേ ഉണ്ടായിരുന്നുള്ളൂ. ഇരുവീട്ടുകാരുടെയും അനുവാദത്തോടും ആശിർവാദത്തോടും കൂടി ഒരുമിക്കാൻ കഴിയുന്നതിലുള്ള ആഹ്ലാദം പങ്കിടുന്നതിനിടയിലും, പതിവുപോലെ, എന്റെയും കുടുംബത്തിന്റെയും സുഖവിവരങ്ങൾ അന്വേഷിക്കാൻ അവൻ മറന്നില്ല.

എട്ട്

ലൂക്കോയുടെ ഡ്രൈവർ രമേശൻ, തന്റെ ഡ്യൂട്ടി കഴിഞ്ഞുള്ള മടക്കയാത്രയ്ക്കിടയിൽ സ്ഥിരമായി മദ്യപിക്കാൻ കയറുന്ന ബാറിലാണ് ഞാൻ അയാളുമായൊരു കൃത്രിമ അവിചാരിതസംഭാഷണം സംഭവ്യമാക്കിയത്. രാത്രി ഒൻപതു മണിയോടടുപ്പിച്ച്, തന്റെ പുതിയ മൊതലാളിയായ ആൽബിൻ സെബാസ്റ്റ്യൻ ഇട്ടിച്ചിറയെ തിരികെ വീട്ടിലെത്തിച്ചതോടെ, ഡ്യൂട്ടി കഴിഞ്ഞ് മടക്കയാത്രയാരംഭിച്ച രമേശന്റെ പുറകേ കൂടിയ ഞാനും അയാളോടൊപ്പം ആ ബാറിലേക്ക് കയറി. ഞാനൊരു പോലീസ് ഓഫീസറാണെന്ന് തിരിച്ചറിയുന്ന ആരും തന്നെ അവിടെയില്ലെന്ന് ഉറപ്പാക്കിയശേഷമാണ്, അയാളിരുന്ന മേശയിൽ, അയാൾക്ക് എതിരെ സ്ഥാനം പിടിച്ചത്. കാട്ടുമൂരിയെന്ന നിർദയനായ ഓഫീസറായിട്ട് കുറ്റവാളികളെ വിറപ്പിച്ചിരുന്നവന് വന്നു ചേർന്ന ഗതികേടെന്ന് സ്വയം പരിഹസിച്ചു കൊണ്ടാണ് അറുപത് മില്ലി സ്കോച്ച് വിസ്കി കൊണ്ടുവരാൻ വെയിറ്ററിനോട് ആവശ്യപ്പെട്ടത്.

ഇട്ടിച്ചിറ ഗ്രൂപ്പിന്റെ മുതലാളിമാർക്കൊപ്പമുണ്ടാകുമ്പോഴുള്ള ആഢ്യത്വമൊക്കെ മാറ്റിവച്ചിട്ട്, രമേശൻ, വെയിറ്റർ എത്തിച്ച വിലകുറഞ്ഞ റം ബോട്ടിലിൽ നിന്നും ഗ്ലാസിന്റെ കാൽഭാഗം കണക്കാക്കി ഒഴിച്ചെടുത്തതിൽ പാകത്തിന് സോഡ ചേർത്ത്, അൽപ്പാൽപ്പമായി ആസ്വദിച്ചുകുടിക്കുകയും, ഇടയ്ക്കിടയ്ക്ക്, മുന്നിലിരിക്കുന്ന പുഴുങ്ങിയ മുട്ടകളിൽ നിന്നുമൊരു ചെറുകഷണം അടർത്തിയെടുത്ത് ചവച്ചിറക്കുകയും ചെയ്തുകൊണ്ടിരുന്നു. ചിലപ്പോഴൊക്കെ നോട്ടം എന്റെ മുഖത്തിലൂടെ കടന്നു പോയെങ്കിലും അയാൾ എന്നെ ഗൗനിക്കുന്നതായി തോന്നിയതേയില്ല. വെയിറ്ററിനെക്കൊണ്ട് വരുത്തിച്ച വിസ്ക്കിയിൽ വെള്ളവും ഐസ്കട്ടയും ചാലിച്ചുണ്ടാക്കിയ മിശിത്രം നുണഞ്ഞുകൊണ്ട് ഞാനും കാത്തിരുന്നു. അയാളിൽ ലഹരി നുരയാൻ തുടങ്ങിയെന്നു തോന്നിയപ്പോൾ, എങ്ങനെയോ ഓർത്തെടുക്കുന്നതെന്നപോലെ വരുത്തിക്കൊണ്ട്, ഞാൻ അയാളോട് ചോദിച്ചു: 'ചേട്ടനാ ചത്തുപോയ ലൂക്കോ സെബാസ്റ്റ്യൻ മൊതലാളിയുടെ ഡ്രൈവറല്ലയോ?...'

തറപ്പിച്ച നോട്ടം കൊണ്ട് പരിചിത മുഖങ്ങളിലേതെങ്കിലുമാണോന്ന്

തിരയുന്നതിനിടയ്ക്ക്, അയാൾ തെരക്കി: 'അനിയനെങ്ങന എന്നെയറിയാം?...'

'ഓ... ഞാനും ചേട്ടനുമായിട്ട് മിണ്ടീട്ടൊന്നുമില്ലാ.... ചേട്ടൻ ഒരിക്ക അങ്ങേരെ ഒരു ചടങ്ങിന് കൊണ്ടുവന്നപ്പോ കണ്ടിട്ടൊണ്ട്. ഞാൻ അന്ന വിടത്ത കാറ്ററിങ് ടീമിലൊണ്ടായിരുന്നതാ...'; അന്നേരം എന്റെ മനസ്സിലേക്ക് വന്നത് അതായിരുന്നു.

'അതെയോ!'; അയാൾ എന്നെ വിട്ട് ഗ്ലാസ്സിലേക്ക് പകർന്നുവച്ചിരിക്കുന്ന റമ്മിലേക്ക് പിൻവലിഞ്ഞു.

'ലൂക്കോ മൊതലാളി മരിച്ച ദെവസം അയാള് തന്നെയാണ് വണ്ടിയോടിച്ചിരുന്നത്... അല്ലയോ?... അതോണ്ടിപ്പോ ചേട്ടനിതുപോലെയിരുന്നു രണ്ടെണ്ണം അടിക്കാൻ പറ്റി...' ; തത്കാലം സമയം പോക്കാനുണ്ടാക്കുന്ന സംസർക്കഭാഷണമെന്നോണം ഞാൻ തുടർച്ച സൃഷ്ടിച്ചു.

'അതു നേരാ...'; ചിരിച്ചില്ലെങ്കിലും ഞാൻ പറഞ്ഞതിലെ രസികത്വം അയാൾ ആസ്വദിച്ചതായി തോന്നി.

'ഈ ഒറ്റക്കൊള്ള പോക്കേ, അങ്ങേര്ക്ക് സ്ഥിരമൊണ്ടായിരുന്ന ഏർപ്പാടായിരുന്നോ?...'; ഗ്ലാസിൽ നിന്നും ഒരിറക്ക് കൂടി നടത്തിക്കൊണ്ട് ഞാൻ ചോദിച്ചു.

'അങ്ങേര്ക്ക് ഒരു സെറ്റപ്പ് ഒള്ളതിനെ കാണാൻ പോവുമ്പോ മാത്രേ ഒറ്റക്ക് പോക്കും വരവും ഒള്ളായിരുന്ന്... '; റമ്മിനൊപ്പം ലൂക്കോയുടെ അവിഹിതവേഴ്ചയെ പറ്റിയുള്ള ചിന്ത കൂടി കുടിച്ചിറക്കിക്കൊണ്ട് അയാൾ തുടർന്നു: 'അങ്ങേരുടെ വീട്ടുകാർക്കും ആ ബന്ധത്തെപ്പറ്റി കൊറച്ചൊക്കെ അറിയാം... അതിന്റെ പേരിൽ പ്രശ്നങ്ങളും ഒണ്ടായിരുന്നു. എന്നാലും അങ്ങേരുടെ രഹസ്യപോക്കിന് കൊറവൊന്നുമില്ലായിരുന്നു...'; അതു പറഞ്ഞപ്പോഴുണ്ടായ പല്ലുകാട്ടി ചിരിയോടൊപ്പം അയാൾക്കുള്ളിലെ വിടനും തെളിഞ്ഞുമറിഞ്ഞിരുന്നു.

'അപ്പോ അവസാനത്തെ പോക്കും അങ്ങനത്തെ ആയിരിക്കുമല്ലേ?'; ഞാൻ കാര്യത്തിലേക്ക് കടന്നു.

'അതു പക്ഷേ അങ്ങനത്തെ പോക്ക് ആയിരുന്നില്ല... എനിക്ക് എന്തോ പന്തികേട് അന്നേ തോന്നിയതാ... പിന്നെ ഇതൊക്ക നമ്മള് ആരോട് പറയാനാണ്?...'; ലഹരിയാൽ ക്ഷിതപ്പെട്ട രമേശന്റെ മുഖത്തേക്ക് ഗൗരവം വന്നുനിറഞ്ഞു.

'അതെന്താ ചേട്ടാ?'; അയാളുടെ ഉത്തരത്തിനായി കാതുകൂർപ്പിച്ച ജാഗ്രതയെ ലാഘവഭാവത്തിലൊതുക്കിവച്ച് ഞാൻ തെരക്കി.

'ആ പെണ്ണ് താമസിക്കുന്നത് സിറ്റിയിൽ തന്നെയൊള്ള ഒരു ഫ്ളാറ്റി

ലാ... ഒരു പതിനഞ്ച് കിലോമീറ്റർ സർക്കിള്... ചെല്ലേണ്ടാന്നു പറഞ്ഞപ്പോ, അങ്ങേര് അതിനെങ്ങാണ്ട് പോവാന്നു തന്നെയാ ഞാനും കരുതിയെ... ഇതിപ്പോ... അങ്ങേര് പത്തെഴുപത് കിലോമീറ്റർ ദൂരം വണ്ടിയുമോടിച്ചോണ്ട് എന്നാത്തിന് പോയെന്നാ എത്ര ആലോചിച്ചിട്ടും പിടികിട്ടാത്തെ?!...'; അത് പറഞ്ഞിട്ട് രമേശൻ ഗ്ലാസിൽ ബാക്കിയുണ്ടായിരുന്നറം ഒറ്റവലിയ്ക്കകത്താക്കി, അതിന്റെ ചവർപ്പകറ്റാൻ മുട്ടയിൽ നിന്നുമല്പമടർത്തിയെടുത്ത് ചവയ്ക്കാനും തുടങ്ങി.

ആ സംഭാഷണം തുടരുന്നതുകൊണ്ട് വേറെ പ്രയോജനമില്ലെന്നതിനാൽ, ഞാൻ പതുക്കെ രമേശന് മുന്നിലെ ഇരിപ്പടത്തിൽ നിന്നും പിൻവലിഞ്ഞു. ആവശ്യപ്പെട്ടതു പ്രകാരം ബില്ലുമായി വന്ന വെയിറ്റർ, വെറും അറുപത് മില്ലി വിസ്ക്കി കുടിക്കാൻ വന്ന അപൂർവ്വജന്മമെന്ന പരിഹാസരൂപേണ എന്നെ തുറിച്ചുനോക്കുന്നുണ്ടായിരുന്നു. അത് ഗൗനിക്കാതെ, ബിൽ തുകയെക്കാട്ടി അമ്പതുരൂപ കൂടുതൽ നൽകിക്കൊണ്ട്, ഞാൻ അവിടെ നിന്നുമിറങ്ങി.

രമേശനുമായുള്ള കൂടിക്കാഴ്ചയ്ക്കുശേഷവും ലൂക്കോയുടെ അവസാന യാത്രയെപ്പറ്റിയുള്ള നിഗൂഢത അവശേഷിക്കുകയാണെന്നത് രഘുരാമൻ സാറിനെ നിരാശപ്പെടുത്തിയെങ്കിലും, ഏതൊരുവിധ സംശയത്തിനും ഇടം നൽകാത്ത പ്രകടനം കാഴ്ചവച്ചതിന് അദ്ദേഹമെന്നെ പ്രശംസിക്കുകയുണ്ടായി.

ഒമ്പത്

എലീന ബെന്നറ്റിനെ കാണാൻ അവരുടെ ഫ്ളാറ്റിലേക്ക് ഞാനും രഘുരാമൻ സാറും അന്വേഷണോദ്യോഗസ്ഥൻമാരായിട്ടു തന്നെയാണ് ചെന്നത്. പഴയകാല സിനിമകളിൽ, പ്രതിനായകന്റെ വേഴ്ചക്കാരിയായി പ്രത്യക്ഷപ്പെടുമായിരുന്ന മാദകനടിമാരെപ്പോലെയൊരുവളായിരിക്കുമെന്ന എന്റെ സങ്കല്പത്തെ പാടെ തകർത്തുകളയുന്നതായിരുന്നു ലൂക്കോ സെബാസ്റ്റ്യൻ ഇട്ടിച്ചിറയുടെ കമ്പനി അഡ്വെർട്ടൈസ്മെന്റുകളിലുണ്ടായിരുന്ന എലീന ബെന്നറ്റിന്റെ രൂപവും, ഭാവവും. ആ ബാംഗ്ലൂർ മലയാളി യുവതി, മോഡലിംഗ് എന്ന പ്രവർത്തനമേഖലയ്ക്കായി സൃഷ്ടിച്ചെടുത്തിരിക്കുന്ന ആകാരസൗഷ്ഠവവും, വശ്യസുന്ദര മന്ദഹാസവും ഏതൊരാണിനെയും മയക്കുന്നതായിരുന്നു. ലൂക്കോ മരണപ്പെടുന്ന ദിവസം എലീന ഒരു ഫാഷൻ ഷോയുമായി ബന്ധപ്പെട്ട് ദുബായിലായിരുന്നുവെന്നതുൾപ്പെടെയുള്ള വിവരങ്ങൾ അറിഞ്ഞുവച്ചുകൊണ്ടാണ് ഞങ്ങൾ ഫ്ളാറ്റിലേക്ക് ചെന്നത്. അന്നേരം, എലീന ബെന്നറ്റ് തന്റെ പതിവ് യോഗാ അഭ്യാസത്തിലായതിനാൽ, ഞങ്ങൾക്ക് അൽപ്പസമയം അവൾക്കായി കാത്തിരിക്കേണ്ടതുണ്ടായിരുന്നു. എലീന മുൻകാല മിസ് ബാംഗ്ലൂർ റണ്ണറപ്പാണെന്ന് ബോധ്യപ്പെടുത്തുന്ന ഒരു ഫോട്ടോ സ്വീകരണമുറിയിലുണ്ടായിരുന്നത് ഞങ്ങൾ രണ്ടുപേരും ഒരുപോലെ ശ്രദ്ധിച്ചിരുന്നു. വേലക്കാരി കൊണ്ടുത്തന്ന ചായ കുടിച്ചിരിക്കുമ്പോഴേക്കും, അമാന്തിച്ചതിനുള്ള ക്ഷമാപണവുമായി എലീന സ്വീകരണമുറിയിലേക്ക് കടന്നുവന്നു. യോഗാസ്യൂട്ടിൽ കൂടുതൽ വ്യക്തതയോടെ പ്രത്യക്ഷപ്പെട്ട എലീനയുടെ ആകാരവടിവിലേക്ക് വശംവദരായ കണ്ണുകളെ അതിൽ നിന്നും മോചിപ്പിച്ചെടുക്കാൻ ഞാൻ നന്നേ പാടുപെടുന്നുണ്ടായിരുന്നു.

ലൂക്കോയുടെ അവസാനത്തെ യാത്രയുമായി ബന്ധപ്പെട്ടുകിടക്കുന്ന ദുരൂഹതയവസാനിപ്പിക്കാനുള്ള അന്വേഷണത്തിന്റെ ഭാഗമായി ചില കാര്യങ്ങൾ ചോദിച്ചറിയാൻ വന്നതാണെന്ന് പറഞ്ഞയുടൻ, തന്നിൽ നിന്നും എന്താണറിയേണ്ടതെന്ന, ഒട്ടും സങ്കോചം കൂടാതെയുള്ള എലീനയുടെ ചോദ്യം വന്നു.

'എന്താണ് എലീനയും ലൂക്കോയും തമ്മിലുള്ള ബന്ധം?'; വളരെ

സൗമ്യമായിട്ടാണ് രഘുരാമൻ സാർ അത് ചോദിച്ചത്.

'ബാംഗ്ലൂരിലെ ഒരു ഫങ്ഷനിൽ വച്ചാണ് ഞാനും ലൂക്കോയും ആദ്യമായി പരിചയപ്പെടുന്നത്. എനിക്ക് അയാളുടെ കമ്പനി അഡ് വെർട്ടൈസ്മെന്റ് മോഡലയിട്ട് ഓഫർ നൽകിയപ്പോൾ, I was so happy... ഞാൻ ആ ഓഫർ അപ്പോൾ തന്നെ സ്വീകരിച്ചു. പിന്നീട്, he asked me for a relationship.., I said yes to that aslo. പക്ഷേ, അത് അയാളുടെ ഫാമിലിയിൽ ശരിക്കും പ്രോബ്ളംസുണ്ടാക്കി... so, ഞാൻ പിന്മാറാൻ ആഗ്രഹിച്ചു... but he forced me to continue...; ഒട്ടും ശങ്കിക്കാതെയുള്ള എലീനയുടെ മറുപടിയിൽ, അവളുടെ തന്റേടം വെളിപ്പെട്ടുനിന്നു.

'അത്രയും പ്രശ്നങ്ങളുണ്ടായിട്ടും, ലൂക്കോ എലീനയെത്തേടി വന്നിരുന്നുവെങ്കിൽ അയാൾക്ക് എലീനയോടുണ്ടായിരുന്നത് അത്രയ്ക്കും തീവ്രമായ അഭിനിവേശമായിരുന്നിരിക്കണമല്ലോ?...' അവരുടെ ബന്ധത്തെപ്പറ്റി വ്യക്തമായൊരു ചിത്രം സൃഷ്ടിക്കാനെന്നോണം രഘുരാമൻ സാർ ചോദിച്ചു.

'See... ലൂക്കോ ശരിക്കും sexual disorders.... മലയാളത്തിൽ അതിനെന്താ പറയാ?..., 'രതിവൈകൃതങ്ങൾ?...', അയാൾക്ക് അത് മാത്രമേ ഒണ്ടായിരുന്നുള്ളു... he was such an abusive wanker!... ആദ്യമൊക്കെ ഞാനത് സഹിച്ചിരുന്നു... അത് അയാളോടുള്ള ഇഷ്ടം കൊണ്ടൊന്നുമായിരുന്നില്ല... I was in lot of financial struggles... എനിക്ക് അയാളുടെ ഹെൽപ്പ് വേണമായിരുന്നു... പിന്നീട് ഞാൻ പറ്റില്ലെന്ന് പറഞ്ഞപ്പോൾ, എന്റെ കരിയർ നശിപ്പിക്കുമെന്ന് അയാൾ ഭീഷണിപ്പെടുത്താൻ തുടങ്ങി... അങ്ങനെ നോക്കുമ്പോൾ, അയാളുടെ മരണം എനിക്കൊരു രക്ഷപ്പെടൽ തന്നെയാണ്.'

ലൂക്കോയുടെ മരണത്തിൽ എലീനയ്ക്ക് അൽപ്പംപോലും വ്യസനമുണ്ടായിട്ടില്ലെന്നത്, ഇണചേരലിനായി ശരീരം കൊണ്ടുമാത്രം വഴങ്ങിക്കൊടുക്കേണ്ടി വരുന്ന ഒരു പെണ്ണിന്, ആ പുരുഷനുമായുള്ള വൈകാരിക ശൂന്യത എത്രത്തോളമാണെന്ന് എന്നെക്കൊണ്ട് ചിന്തിപ്പിച്ചു.

'ലൂക്കോയുടെ ലാസ്റ്റ് ട്രിപ്പിനെപ്പറ്റി എന്തെങ്കിലും വിവരം എലീനയ്ക്ക് അറിയാമോ ?'; അദ്ദേഹം തെരക്കി.

'എന്റെ ശരീരം ഉപയോഗിക്കാൻ വേണ്ടി മാത്രം, എന്റെയരികിലേക്ക് വന്നിരുന്ന അയാൾ, അതിനിടയിൽ പറഞ്ഞിരുന്നത് മുഴുവൻ അയാളെ ഹരം കൊള്ളിക്കാനുള്ള അസഭ്യങ്ങൾ മാത്രമായിരുന്നു. മറ്റൊന്നിനെയും കുറിച്ച് അയാൾ പറയാറുണ്ടായിരുന്നില്ല. പിന്നെ പിന്നെ ഞാൻ ചോദിക്കാറുമുണ്ടായിരുന്നില്ല...'

ഞങ്ങൾ ശേഖരിച്ച വിവരങ്ങളോട് യോജിക്കുന്നതുതന്നെയായിരുന്നു മറ്റു ചോദ്യങ്ങൾക്കുള്ള എലീനയുടെ ഉത്തരങ്ങളുമെന്നതിനാൽ, ലൂക്കോയുടെ കൊലപാതകത്തിൽ എലീന നിരപരാധിയാണെന്ന് മനസ്സാലെ വിധിയെഴുതിക്കൊണ്ടാണ് ഞാൻ അവിടെനിന്നുമിറങ്ങിയത്.

അന്ന്, അവിടെ വച്ചുതന്നെ, മറ്റൊരു കാര്യം കൂടി സംഭവിക്കുകയുണ്ടായി. തികച്ചും എന്നെമാത്രം സംബന്ധിക്കുന്ന കാര്യം! ഞാൻ വീണ്ടും ജൂലിയറ്റിനെ കണ്ടുമുട്ടി. എലീനയുടെ ഫ്ളാറ്റിരുന്ന ഏഴാംനിലയിൽ നിന്നും, ഒന്നാം നിലയിലേക്കുള്ള അവരോഹണയാത്രയ്ക്കായി ഞങ്ങൾക്ക് മുന്നിൽ തുറന്ന ലിഫ്റ്റിനുള്ളിൽ, ജൂലിയറ്റ് ഉണ്ടായിരുന്നു. ജൂലിയറ്റിന്റെ വിവാഹഫോട്ടോ കണ്ടിട്ടുള്ളതിനാൽ, കൂടെയുള്ളയാൾ അവളുടെ ഭർത്താവാണെന്നത് ഞാൻ അപ്പോൾ തന്നെ തിരിച്ചറിഞ്ഞു. ഷോപ്പിങ്ങിനോ മറ്റോയുള്ള ഒരു യാത്രയുടെ പുറപ്പാടായി തോന്നിയതിനാൽ, അവർ മുകളിലുള്ള മൂന്നു നിലകളിലേതോവൊന്നിലെ അന്തേവാസികളായിരിക്കണമെന്ന് ഞാൻ ഊഹിച്ചു.

ലിഫ്റ്റിനുള്ളിലെ നിശബ്ദതയിൽ, അപരിചിതത്വത്തിന്റെ മൂടുപടമിട്ടുനിന്ന എനിക്കും, ജൂലിയറ്റിനുമിടയിൽക്കിടന്ന് ഗതകാലസ്മരണകൾ വീർപ്പുമുട്ടുന്നുണ്ടായിരുന്നു. എന്നെപ്പോലെ തന്നെ ജൂലിയറ്റും, അതിനുള്ളിൽ നിന്നും എത്രയും പെട്ടെന്നൊരു മോചനം ആഗ്രഹിച്ചിരിക്കണം. അവളുടെ മുഖവും അസ്വസ്ഥമാകുന്നുണ്ടായിരുന്നു. എന്റെ പോലീസ് അക്കാദമി പരിശീലനകാലഘട്ടത്തിലാണ് ജൂലിയറ്റിന്റെ വിവാഹം സംഭവിച്ചത്. ചാച്ചൻ മരിച്ചതിനെത്തുടർന്ന് ലഭിച്ച അവധി പൂർത്തിയാക്കി മടങ്ങാൻ നേരം, എന്നെക്കാണാൻ റെയിൽവേ സ്റ്റേഷനിലെത്തിയ ഞങ്ങളുടെ സഹപാഠികളിലൊരാളായ സുധി, അവന്റെ ഫോണിലുണ്ടായിരുന്ന ജൂലിയറ്റിന്റെ വിവാഹഫോട്ടോ എനിക്ക് കാട്ടിത്തരുകയായിരുന്നു. ജൂലിയറ്റിന്റെ ബന്ധുകുടുംബത്തിൽ നിന്നും തന്നെയുള്ള നേവി ഓഫീസറാണ് വരനെന്നു ഞാനറിഞ്ഞതും അവൻ പറഞ്ഞപ്പോഴാണ്. എന്റേതു മാത്രമായിരിക്കണമെന്നാശിച്ചവളുടെ മറ്റൊരാളുമായുള്ള വിവാഹം, മറ്റേതൊരു കാമുകനെപ്പോലെ എന്നെയും കുറേയേറെ ദിവസങ്ങൾ നഷ്ടബോധത്തിലും ദുഃഖത്തിലുമാഴ്ത്തിയിരുന്നു. എന്നാൽ, മറ്റു തിരക്കുകൾ അവളെപ്പറ്റിയുള്ള ചിന്തകൾക്ക് ഇടം നല്കാതിരിക്കുകയോ, അല്ലെങ്കിൽ, സൗകര്യപൂർവ്വം ഞാൻ അവളെ മറക്കുകയോ ചെയ്തതിനാലാകാം, ജൂലിയറ്റിനെ കണ്ടപ്പോഴാണ് വളരെ കാലത്തിനിപ്പുറം അവളെപ്പറ്റി ഞാൻ വീണ്ടുമോർക്കാനിടയായത്.

പത്ത്

ലൂക്കോയുടെ കൊലപാതകുമായി ബന്ധപ്പെട്ട് ഞങ്ങളെ കുഴപ്പിച്ച മറ്റൊരു സംഗതിയെന്തെന്നാൽ, ഡിജിറ്റൽ ഫോറൻസിക് റിപ്പോർട്ട് പ്രകാരം, അപകടത്തിൽപ്പെട്ട ലൂക്കോയുടെ കാറിൽ നിന്നും കണ്ടെടുത്ത അയാളുടെ മൊബൈൽ ഫോൺ സ്വിച്ച് ഓഫ് ചെയ്യപ്പെട്ട നിലയിലായിരുന്നുവെന്നതാണ്. കോൾ ലിസ്റ്റ് പരിശോധിച്ചപ്പോൾ, അന്നത്തെ ദിവസം, ലൂക്കോ അയാളുടെ ഫോൺ അവസാനമായുപയോഗിച്ചത് വൈകുന്നേരം മൂന്നുമണിയ്ക്കു മുൻപായിരുന്നുവെന്നു കൂടിയറിയാൻ സാധിച്ചതിൽ നിന്നും, യാത്രയാരംഭിച്ച സമയത്തു തന്നെ അയാൾ ഫോൺ സ്വിച്ച് ഓഫ് ചെയ്തിരുന്നുവെന്ന നിഗമനത്തിലെത്താൻ ഞങ്ങളുടെ പോലീസ് ബുദ്ധിയ്ക്ക് രണ്ടാമതൊന്നു ആലോചിക്കേണ്ടിവന്നില്ല.

'ലൂക്കോയെപ്പോലെ തിരക്കുപിടിച്ച ഒരു ബിസിനസ്മാൻ അയാളുടെ മൊബൈൽ ഫോൺ സ്വിച്ച് ഓഫ് ചെയ്തുവെക്കാൻ നിർബന്ധിതനാകുന്നുവെങ്കിൽ, ഒരുപക്ഷേ, ആ യാത്രയിൽ അയാൾ ഒരു രഹസ്യം കരുതിയിരിക്കാം. അയാൾക്കും കൊലയാളിക്കും മാത്രമറിയാവുന്ന രഹസ്യം!'; പൂട്ടിയ കണ്ണുകളുമായി കസേരയിലേക്ക് ചാരിക്കിടന്നുകൊണ്ടാണ് രഘുരാമൻ സാർ അത്രയും പറഞ്ഞത്.

' മനുഷ്യന്മാരുടെ ജീവിതത്തിൽ സംഭവിക്കുന്ന പല രഹസ്യങ്ങളുടെയും പിന്നിലെ കാരണം വൈകാരികമാണല്ലോ സാർ... അങ്ങനെ ചിന്തിച്ചുനോക്കിയാൽ, തിരക്കുപിടിച്ച ജീവിതചര്യകളിൽ നിന്നും സ്വകാര്യമായി അൽപ്പസമയം മാറിനിൽക്കാൻ അയാൾക്ക് തോന്നിയതായിക്കൂടെ?... കൊലയാളിയ്ക്ക് എങ്ങനെയോ അറിയാൻ സാധിച്ച തികച്ചും വൈകാരികമായൊരു സ്വകാര്യയാത്ര...'; ഞാനെന്റെ ചിന്തയിലേക്ക് വന്നത് അദ്ദേഹത്തോടവതരിപ്പിച്ചു.

'സെപ്റ്റംബർ ആറാം തീയതി, അതുവഴിയേയുള്ള ലൂക്കോയുടെ സുനിശ്ചിതമായ യാത്രയെപ്പറ്റി കുറച്ചുനാളുകൾക്കു മുൻപേ കൊലയാളി അറിഞ്ഞിട്ടുണ്ടാകണം. കാരണം, നന്നായി ആസൂത്രണം ചെയ്തുണ്ടാക്കിയിരിക്കുന്ന ആ കൊലപാതകരീതി പെട്ടെന്ന് നടപ്പിലാക്കാൻ കഴി

യുന്ന ഒരെണ്ണമല്ല!' കണ്ണുകൾ തുറക്കാതെ, ഉൾക്കാഴ്ചയിൽ തെളിയിച്ചെടുക്കുന്ന പൂർവ്വകാല വായനക്കാരനെപ്പോലെ അദ്ദേഹം തുടർന്നു: 'വളരെ നാളുകൾക്ക് മുൻപേ, ഒരു പ്രത്യേക ദിവസത്തിലെ യാത്ര തീരുമാനിച്ചുറപ്പിക്കണമെങ്കിൽ, അതിനൊരു ഉദ്ദേശമുണ്ടായിരിക്കണം. ലൂക്കോ അതീവ രഹസ്യമായിട്ടാണ് യാത്ര ചെയ്തിരിക്കുന്നതെന്നതിനാൽ, അയാളുടെ ഉദ്ദേശം ഗൂഢമാണെന്നത് അതിൽ നിന്നും വ്യക്തമാണ്.'; നിഗമനത്തിലുള്ള ഈ കൂർമ്മതയാണ് അദ്ദേഹത്തിനെയൊരു മികച്ച അന്വേഷകനാക്കി തീർത്തിരിക്കുന്നതെന്ന് എന്നെ ഓർമിപ്പിച്ച മറ്റൊരു സന്ദർഭമായിരുന്നുവത്.

അന്നു നടന്ന, രഘുരാമൻ സാറിന്റെ പതിനാറാം വിവാഹ വാർഷികാഘോഷത്തിലേക്ക് ക്ഷണം ലഭിച്ചിട്ടുണ്ടായിരുന്നതിനാൽ, ഞാനും അതിൽ പങ്കെടുത്തു. അദ്ദേഹത്തിന്റെ ഭാര്യ ഗായത്രി അവരുടെ വീടിനടുത്തുള്ള സ്വകാര്യ സ്കൂളിലെ അധ്യാപികയും, മകൾ ജാൻവി അതേ സ്കൂളിലെ ഒൻപതാം ക്ലാസ് വിദ്യാർത്ഥിനിയുമാണ്. വാഹനവും കൊണ്ട് അദ്ദേഹത്തെ കൂട്ടിക്കൊണ്ടുവരുവാൻ വീട്ടിലേക്ക് ചെന്ന അവസരങ്ങളിലെല്ലാം, അവർ സ്കൂളിലേക്ക് പോയിട്ടുണ്ടായതിനാൽ, വീട്ടിലുള്ള ഫോട്ടോയിൽക്കൂടിയല്ലാതെ, നേരിട്ട്, അവരുമായി ഒരു കൂടിക്കാഴ്ച്ച അതുവരെയുണ്ടായിട്ടില്ലായിരുന്നു. അന്വേഷണവുമായി ബന്ധപ്പെട്ട ദൂരയാത്രകൾക്കിടയിൽ അദ്ദേഹം അവരോടു നടത്താറുള്ള ഫോൺ സംഭാഷണങ്ങളിലെല്ലാം, അദ്ദേഹത്തിന് അവരോടുള്ള സ്നേഹവും കരുതലും വെളിപ്പെട്ടുനിൽക്കും. വൈവാഹികജീവിത സമ്പ്രദായത്തിനോട് ആശയപരമായി എനിക്കുള്ള പൊരുത്തക്കേട് കൊണ്ടാകാം, ഒരു സ്നേഹസമ്പന്നനായ കുടുംബനാഥൻ എന്നതിലുപരി, രണ്ടു പെൺജന്മങ്ങളുടെ സന്തോഷത്തിലും, ആരോഗ്യസുഖത്തിലും ജാഗരൂഗനായ പുരുഷജന്മമെന്ന നിലയിലാണ് അക്കാര്യത്തിൽ അദ്ദേഹമെന്നെ സ്വാധീനിച്ചത്.

ആഘോഷച്ചടങ്ങിൽ, അദ്ദേഹത്തിന് വേണ്ടപ്പെട്ട വളരെക്കുറച്ചുപേർ മാത്രമേയുണ്ടായിരുന്നുള്ളൂ. എന്നെ അദ്ദേഹം ആദ്യം ഭാര്യയ്ക്കും മകൾക്കും, പിന്നെ, അപ്പോളവിടെയുണ്ടായിരുന്നവർക്കും പരിചയപ്പെടുത്തി, ഒപ്പം, അവരെ എനിക്ക് പരിചയപ്പെടുത്തുകയും ചെയ്തു. ആഘോഷത്തിൽ പങ്കെടുത്ത എല്ലാവർക്കും അദ്ദേഹം പ്രിയങ്കരനായി തോന്നി.

കേക്ക് മുറിക്കുന്നതിനു മുൻപുള്ള ഔപചാരിക വാക്കുകളെന്ന മട്ടിൽ അദ്ദേഹം പറഞ്ഞു: 'നമ്മുടെ നാട്ടുനടപ്പനുസരിച്ച്, കുടുംബ ജീവിതത്തിന്റെ സന്തോഷം തുലനം ചെയ്തുനോക്കുന്നത് പുരുഷന്റെ സന്തോഷത്തിനോട് മാത്രമായിട്ടാണ്. എന്നോടൊപ്പം ഗായത്രി സന്തോഷവതി

യല്ലെങ്കിൽ, ഈ വാർഷികാഘോഷം നിങ്ങളുടെയെല്ലാം മുന്നിൽ ഞങ്ങ ളവതരിപ്പിക്കുന്ന വെറുമൊരു മെലോഡ്രാമയായിപ്പോകും. Are you happy with me, Gayathri?...'

നിറചിരിയോടൊപ്പം, ഒരു കഷ്ണം കേക്ക് മുറിച്ചെടുത്ത് അദ്ദേഹ ത്തിന്റെ വായിലേക്ക് വച്ചുകൊടുത്തതായിരുന്നു, അതിനുള്ള അവരുടെ മറുപടി. ആ ധന്യമുഹൂർത്തത്തിന് സാക്ഷിയായിട്ടുണ്ടായിരുന്ന, ഞങ്ങൾ ആഗതർക്ക് അവരെ കൈയടിച്ചു അനുമോദിക്കാതിരിക്കാൻ കഴിയുമാ യിരുന്നില്ല.

മാതാപിതാക്കളുടെ പതിനാറാം വിവാഹവാർഷിക സമ്മാനമായി ജാൻവി, അവൾ വരച്ച ചിത്രം നൽകുകയുണ്ടായി. പതിവുപോലെ, അ ച്ഛനമ്മമാർക്കിടയിൽ, അവരുടെ കൈകോർത്തു നടക്കുന്ന കുട്ടിയായി രുന്നു ആ ചിത്രത്തിനകത്തുണ്ടായിരുന്നതെങ്കിലും, അതിന്റെ പശ്ചാത്ത ലത്തിൽ ജാൻവി തീർത്തിരുന്ന നിറങ്ങളുടെ സംഗമം, അവളുടെ പ്രായ ത്തിനെക്കാൾ മുന്തിയയൊരു ചിത്രകാരിയുടെ വൈദഗ്ധ്യം വിളിച്ചോ തുന്നതായിരുന്നു. ജാൻവിയുടെ പെയിന്റിംഗിലുള്ള വാസനയെ പ്രോ ത്സാഹിപ്പിക്കാനായി, ഇടയ്ക്കിടയ്ക്ക്, രഘുരാമൻ സാർ ക്യാൻവാസും, എണ്ണച്ചായങ്ങളുമൊക്കെ വാങ്ങിക്കൊണ്ടുപോകാറുള്ളത് ശ്രദ്ധിച്ചിട്ടുണ്ടെ ങ്കിലും, അവൾ ഇത്രയും വലിയൊരു ചിത്രകാരിയാണെന്നത്, അപ്പോ ഴാണ് മനസിലായത്.

ആഘോഷവിരുന്ന് കഴിഞ്ഞിട്ടുണ്ടായ കുശലം പറച്ചിലിനിടയിൽ, കോ ളേജിൽ രഘുരാമൻ സാറിന്റെ സഹപാഠിയായിരുന്ന മാധവ്രാജ് അദ്ദേ ഹത്തിനോട് വിവാഹം സംബന്ധിച്ചുണ്ടായ ഏതെങ്കിലുമൊരു രസകര മായ അനുഭവം പങ്കിടാൻ ആവശ്യപ്പെട്ടപ്പോൾ, അദ്ദേഹം പറഞ്ഞു: 'ഞാൻ പെണ്ണുകാണാൻ പോയ ആദ്യകുട്ടിയായിരുന്നു ഗായത്രി. ആദ്യ നോട്ടത്തിൽ തന്നെ എനിക്കവളെ ഇഷ്ടമായി. എന്നാലും, നമ്മളെപ്പറ്റി എല്ലാം പറയണല്ലോ?.... അവിടെന്നെറങ്ങാൻ നേരം, ഞാൻ ഗായത്രി യോട് പറഞ്ഞു: ' എനിക്ക് പുരാവസ്തു ശേഖരണമെന്ന കിറുക്കൊ ക്കെയുണ്ട്. അതോണ്ട് ഈ കല്യാണത്തിന് സമ്മതം പറയുവാണെങ്കിൽ രണ്ടുവട്ടം ആലോചിച്ചിട്ടു വേണം പറയാൻ...'

'എന്നിട്ട്?...'; മാധവ് രാജിനൊപ്പം അത് കേട്ടുകൊണ്ടിരുന്ന ഞങ്ങൾ ക്കും കൗതുകം കേറി.

'പെണ്ണുകാണൽ ചടങ്ങിനിടയിൽ, ഗായത്രിയുടെ സമ്മതമുണ്ടെങ്കിൽ മാത്രമേ കല്യാണം നടത്തുകയുള്ളുവെന്ന് അവളുടെ അച്ഛൻ പലവട്ടം സൂചിപ്പിച്ചിരുന്നതുകൊണ്ട്, സത്യം പറയാലോ... അങ്ങനെ പറഞ്ഞുപോ

യതിൽ എനിക്കൊരു പേടിയുണ്ടായിരുന്നു. പക്ഷേ, ഗായത്രിയ്ക്കു സമ്മതമായിരുന്നു. കല്യാണവും നടന്നു. കല്യാണ ദിവസം, താലികെട്ടാൻ മണ്ഡപത്തിലിരിക്കുമ്പോൾ, അന്നങ്ങനെ പറഞ്ഞിരുന്നിട്ടും കല്യാണത്തിന് സമ്മതിച്ചതെന്തുകൊണ്ടാണെന്ന് ഞാനവളോട് ചോദിച്ചു.'

'അപ്പോഴോ?...'; അതറിയാൻ കേൾവിക്കാരിൽ ആരോ ധൃതിവച്ചു.

അല്പമുച്ചത്തിൽ ചിരിച്ചുകൊണ്ട് രഘുരാമൻ സാർ പൂരിപ്പിച്ചു: 'അതിനു അവൾ തന്ന മറുപടിയേ, ഇംഗ്ലീഷ് എഴുത്തുകാരി അഗതാ ക്രിസ്റ്റിയുടെ വാക്കുകളായിരുന്നു: 'An archaeologist is the best husband a woman can have. The older she gets, the more interested he is in her.'; അതുകേട്ട് ഞങ്ങളും ചിരിച്ചുപോയി.

പതിനൊന്ന്

ലൂക്കോയുടെ കൊലയാളിയിലേക്കെത്താൻ സഹായകമാകുന്ന എന്തെങ്കിലും സൂചന ലഭിക്കുമോയെന്നറിയാൻ കൊല്ലപ്പെടുന്നതിന് ഒരാഴ്ച മുമ്പുതൊട്ടുള്ള അയാളുടെ ജീവിതത്തെപ്പറ്റി ഞങ്ങൾ ഒരു അപഗ്രഥനം തന്നെ നടത്തി.

ഡിജിറ്റൽ ഫോറൻസിക് സെല്ലിന്റെ സഹായത്തോടെ അയാളുടെ പേഴ്സണൽ കമ്പ്യൂട്ടറുൾപ്പെടെ പരിശോധിച്ചതിലൊന്നും അസ്വാഭികമായിട്ടൊന്നുമില്ലായിരുന്നു. കാവതിപ്പോണിയിലേക്ക് യാത്രയാരംഭിക്കുന്നതിനു തൊട്ടുമുൻപുവരെ അയാൾ തന്റെ ബിസിനസ് പ്രോഗ്രാമുകളെല്ലാം മുൻകൂട്ടി നിശ്ചയിച്ച സമയപ്രകാരം തന്നെ നിർവ്വഹിച്ചിട്ടുണ്ടായിരുന്നു. ലൂക്കോയുടെ കുടുംബത്തോട് അന്വേഷിച്ചതിൽ നിന്നും ആ ദിവസങ്ങളിലെ അയാളുടെ വീട്ടിലെ പെരുമാറ്റരീതികളിലും മാറ്റമൊന്നുമുണ്ടായിരുന്നില്ലെന്ന കാര്യവും അറിയാൻ സാധിച്ചു.

'അതായത്, മരിക്കുന്ന നിമിഷം വരെയും തനിക്കുപുറകിലൊരു കൊലയാളിയുണ്ടെന്നതിനെപ്പറ്റി ലൂക്കോ ബോധവാനായിരുന്നില്ലെന്നുവേണം കരുതാൻ...'; രഘുരാമൻ സാർ പറഞ്ഞു.

' അങ്ങനെയെങ്കിൽ ആരായിരിക്കും ലൂക്കോയുടെ കൊലയാളി?.. എന്തിനു വേണ്ടിയായിരിക്കും അയാൾ ലൂക്കോയെ കൊന്നത് ?'; ഞങ്ങളിരുപേരുടെയും ചിന്തയിൽ സംഭവിച്ചിട്ടുണ്ടായിരുന്ന ആ ചോദ്യങ്ങൾക്ക് ശബ്ദം നൽകി പുറത്തേക്കെറിഞ്ഞത് ഞാനായിരുന്നു.

അദ്ദേഹം പറഞ്ഞു: 'അത് നമ്മൾ കണ്ടെത്തേണ്ടതുണ്ട്. ക്രൈം സീനിൽ കൊലയാളിയെന്തെങ്കിലും തെളിവ് ഉപേക്ഷിച്ചിട്ടുണ്ടോയെന്നതാണ് നമ്മളിനി തിരയേണ്ടത്.'

കാവതിപ്പോണിയിലെ തലയൻക്കുന്ന് ഇടതൂർന്നതും കടുവയുൾപ്പെടെയുള്ള വന്യമൃഗങ്ങളുള്ളതുമായ വനപ്രദേശമടങ്ങിയതായിരുന്നതിനാൽ, അതിനുള്ളിലേക്ക് പ്രവേശിച്ചൊരു പരിശോധന നടത്തുക അസംഭവ്യമായിരുന്നുവെന്നത് ഞങ്ങളെ നിരാശരാക്കി. അവിടെന്ന് ആകെ ലഭ്യമായിരുന്നത് ഹെയർപിൻ വളവിൻ നിന്നും വളരെയധികം ദൂരെയായിട്ട് തലയൻക്കുന്നിനഭിമുഖമായി വനംവകുപ്പ് സ്ഥാപിച്ചിരുന്ന ക്യാമറ

യിൽ നിന്നുമുള്ള ദൃശ്യങ്ങളായിരുന്നു. അതിൽനിന്നും കൊലയാളിയിലേക്കെത്തുന്ന തെളിവുകളെന്തെങ്കിലും കിട്ടാനുള്ള സാധ്യത തുലോം തുച്ഛമാണെന്നറിഞ്ഞിട്ടും, ലൂക്കോ കൊല്ലപ്പെട്ട ദിവസത്തെ ദൃശ്യങ്ങളെ ഞങ്ങൾ മണിക്കൂറുകളോളം നീണ്ട പരിശോധനയ്ക്ക് വിധേയമാക്കി. ഒടുവിൽ, ക്ഷീണിതരായിരുന്നു ചായ കുടിക്കുമ്പോൾ, അദ്ദേഹം പറഞ്ഞു: 'നമ്മുടെ മുന്നിലുള്ള കുറ്റകൃത്യം തന്നെയാണ് കുറ്റവാളി നമ്മുക്കു വേണ്ടി ഉപേക്ഷിക്കുന്ന ഏറ്റവും വലിയ തെളിവ്. അത്യാധുനികമായ രീതിയിൽ ലൂക്കോയുടെ കൊലപാതകം നടപ്പിലാക്കിയിരിക്കുന്ന ഒരു ബുദ്ധിരാക്ഷസനിൽ നിന്നും താണതരം തുമ്പുകൾ പ്രതീക്ഷിക്കുന്നതാവും നമ്മൾ അയാളോട് കാണിക്കുന്ന ഉദാരമനസ്കത...'; അപ്പോഴാണ് ഓടിക്കൊണ്ടിരുന്ന കാറിന്റെ എഞ്ചിനുള്ളിൽ അമേരിക്കൻ നിർമ്മിത വെടിയുണ്ടയാൽ തകരാറുണ്ടാക്കിയാണ് ലൂക്കോയുടെ കൊലപാതകം സംഭവിപ്പിച്ചിരിക്കുന്നതെന്നതിനെപ്പറ്റി ഞാൻ വീണ്ടും ചിന്തിച്ചത്. അതിനെപ്പറ്റി ആദ്യം കേട്ടപ്പോഴുണ്ടായ അവിശ്വസീയനത, അതേയളവിൽ, ഒരുവട്ടം കൂടി എന്നിൽ സംഭവിച്ചു.

അന്ന്, എന്നെ അത്ഭുതപ്പെടുത്തിക്കൊണ്ട് തികച്ചും അപ്രതീക്ഷിതമായൊരു കോൾ വന്നു. ജൂലിയറ്റായിരുന്നു അങ്ങേത്തലയ്ക്കൽ. എനിക്കതിന്റെ അമ്പരപ്പ് മാറാൻ തെല്ല് സമയം വേണ്ടിവന്നു. എന്റെ നമ്പർ എങ്ങനെ ലഭിച്ചുവെന്ന ചോദ്യത്തിന് അവൾ പറഞ്ഞു: 'സോഷ്യൽ മീഡിയ സൃഷ്ടിച്ചിരിക്കുന്ന അദൃശ്യമായ ചങ്ങലയാൽ നമ്മളെല്ലാവരും പരസ്പരം ബന്ധിക്കപ്പെട്ടവരാണ് മിസ്റ്റർ കാട്ടുമൂരി...'; എന്റെ ഇരട്ടപ്പേരുൾപ്പെടെയുള്ള കാര്യങ്ങൾ അവൾ ആരിൽനിന്നോ അറിഞ്ഞുവച്ചിരിക്കുകയാണെന്നു മനസ്സിലായി.

'കോളേജിൽ വെറുമൊരു അപ്പാവിയായിട്ട് നടന്ന നീ യഥാർത്ഥത്തിലൊരു കാട്ടുമൂരിയായിരുന്നുവെന്നത് എനിക്ക് മാത്രമല്ലേ അറിയത്തൊള്ളായിരുന്നു...' അതും പറഞ്ഞവൾ ചിരിക്കാൻ തുടങ്ങി. പക്ഷേ, ആ കളിവാക്കുകൾ ഞാനവളോട് കാട്ടിയ അതിക്രമത്തിന്റെ തിക്തമായ ഓർമ്മ കൊണ്ടുള്ള പ്രഹരമായിട്ടാണ് എനിക്കനുഭവപ്പെട്ടത്. അവസാനവർഷ പരീക്ഷകളിലൊന്നിന്റെ ദിവസമായിരുന്നുവത്. കാമ്പസിന്റെ ആ ഒഴിഞ്ഞയിടത്തിലേക്ക് അവളെയെത്തിക്കാൻ എനിക്ക് കുറേയേറെ നുണകൾ പറയേണ്ടിവന്നു. ഒരു സ്വകാര്യത സൃഷ്ടിച്ചെടുക്കാനുള്ള എന്റെ ശ്രമമാണതെന്നു അവൾക്കും മനസിലായിക്കാണണം. എന്നിട്ടും, എന്നോടുള്ള വിശ്വാസമായിരിക്കണം എന്നോടൊപ്പം വരാൻ അവളെ പ്രേരിപ്പിച്ചുണ്ടാകുക. എന്നെ സംബന്ധിച്ച് ഇനിയങ്ങനെയൊരു അവസരം ലഭി

ക്കില്ലെന്ന ആവേശമായിരുന്നുവന്നേരം. അതിനുപിന്നിൽ, കാമുകിമാരോടൊത്തു അങ്ങനത്തെ അവസരങ്ങളുണ്ടാക്കിയെടുത്ത് വിജയിച്ച സുഹൃത്തുക്കൾ നൽകിയ പ്രോത്സാഹനവും ധൈര്യവും കൂടിയുണ്ടായിരുന്നു. എന്നെയനുവദിക്കാതെ തടഞ്ഞ അവളെ ഞാൻ കടന്നുപിടിച്ചു കരങ്ങൾക്കുള്ളിൽ ബന്ധിച്ചു നിർത്തി. ആദ്യമായി ഒരു പെണ്ണിന്റെ അധരം കവർന്നത് അവളെ കീഴടക്കിയാണെന്ന അപകർഷതാബോധം അടുത്ത രണ്ടു നിമിഷങ്ങൾക്കുള്ളിൽ എന്നിൽ പ്രവേശിക്കുകയായിരുന്നു. കുറ്റം ചെയ്തുപോയവന്റെ നിസ്സഹായത ബാധിക്കപ്പെട്ട ഞാൻ എന്തുചെയ്യണമെന്നറിയാതെ നിന്നു പരുങ്ങി. ദയനീയമായ നോട്ടത്തിനൊപ്പം കരഞ്ഞുംകൊണ്ട് ജൂലിയറ്റ് അവിടെ നിന്നും ഓടിപ്പോകുകയായിരുന്നു. അവളുടെ വീട്ടുകാരുടെയോ മറ്റോ ഭാഗത്തുനിന്നും പ്രത്യാഘാതങ്ങളുണ്ടാകാൻ സാധ്യതയുണ്ടെന്ന സുഹൃത്തുക്കളുടെ മുന്നറിയിപ്പും കൂടിയായപ്പോൾ, ഞാൻ ശരിക്കും തകർന്നുപോയിട്ടുണ്ടായിരുന്നു. അങ്ങനെയൊന്നും സംഭവിച്ചില്ലെന്നത് ആശ്വാസമായെങ്കിലും ജൂലിയറ്റിനോട് കാട്ടിയ അതിക്രമത്തെപ്പറ്റിയുള്ള കുറ്റബോധം ഒരിക്കലുമുണങ്ങാത്ത ഒരു വൃണമായി മാറിയിരുന്നു.

'I am very sorry Juliet'; എന്റെ ശബ്ദം പതറിയിരുന്നുവെന്ന് തോന്നുന്നു.

'ഞാൻ അതൊക്കെ മറന്നെടാ... നിന്നെക്കൊണ്ടു മാപ്പു പറയിക്കാനല്ല... നിന്റെ വിശേഷങ്ങളറിയാൻ വേണ്ടിയാണ് ഞാൻവിളിച്ചത്... കേട്ടോടാ കാട്ടുമൂരി...'; അവൾ വീണ്ടും ചിരിച്ചു.

പിരിഞ്ഞ നാൾ മുതൽ ജീവിതത്തിലുണ്ടായ വിശേഷങ്ങളെല്ലാം അങ്ങോട്ടുമിങ്ങോട്ടും പങ്കിട്ടതിനുശേഷമാണ് ഞങ്ങൾ ഫോൺ വച്ചത്. ചലം പൊട്ടിയൊലിച്ചുകൊണ്ടിരുന്ന ഒരു വൃണമുണങ്ങാൻ തുടങ്ങിയതിന്റെ ആശ്വാസത്തോടെയാണ് ഞാൻ അന്നുറങ്ങിയത്.

പന്ത്രണ്ട്

ഫോറൻസിക് സയൻസ് ഹെഡ് കോർട്ടേഴ്സ് ലബോറട്ടറിയിൽ പ്രവർത്തിക്കുന്ന ബാലിസ്റ്റിക്സ് ഡിവിഷനിലേക്ക് ഞങ്ങൾ ഓടുകയായിരുന്നുവെന്നു തന്നെ പറയാം! അത്രയ്ക്ക് ഉദ്വേഗജനകമായ സംഭവവികാസങ്ങളാണുണ്ടായത്. കാര്യങ്ങളാരംഭിക്കുന്നത് കാവതിപ്പോണിയിലെ തലയൻ കുന്നിൽ വിറകുശേഖരണത്തിനായി പോയ പ്രദേശവാസികളിലൊരാൾ കാട്ടുമൃഗങ്ങളേതൊക്കെയോ ഭക്ഷണത്തിനിരയാക്കിയ മൃതശരീരം കാണാനിടയായത് മുതലാണ്. മാംസം ഒട്ടുമുക്കാലും കടിച്ചുപറിച്ചെടുക്കപ്പെട്ടുപ്പോയ ആ ശവശരീരത്തിന്റെ അരയിൽ വെടിയുണ്ടകൾ തിരുകിയ ലെതെർ ബെൽറ്റുണ്ടായിരുന്നതിനാൽ, അയാളൊരു നായാട്ടുസംഘാംഗമായിരിക്കുമെന്ന പൊതുധാരണയോടെ, അന്വേഷണ സംഘം നടത്തിയ പരിസരപരിശോധനയുടെ ഫലമായി കുറച്ചകലെയൊരിടത്തു നിന്ന് ഒരു തോക്കും കൂടി ലഭിക്കുകയുണ്ടായി. പിന്നീട്, ഫോറൻസിക് ബാലിസ്റ്റിക് വിഭാഗത്തിലേക്കെത്തിച്ച ആ തോക്കിനെയും വെടിയുണ്ടകളെയുംപ്പറ്റി അവിടത്തെ ബാലിസ്റ്റിക്സ് എക്സ്പെർട്ടുകൾ കണ്ടെത്തിയ വിവരങ്ങളാണ് ഞങ്ങളെ അങ്ങോട്ടേക്ക് പായിച്ചത്. അവിടെ നിന്നും കണ്ടെത്തിയ തോക്ക് സാധാരണ നായാട്ടുസംഘങ്ങൾ ഉപയോഗിക്കുന്ന നാടൻ തോക്കല്ല. മറിച്ച്, അതൊരു അത്യാധുനിക മാതൃകയിലുള്ള 'പമ്പ് ആക്ഷൻ ഷോട്ട് ഗൺ' ആയിരുന്നു.

'ഇവൻ അമേരിക്കൻ സൈന്യം ഉപയോഗിക്കുന്ന മൊസ്സ്ബെർഗ് ജനുസ്സിപ്പെടുന്ന തോക്കാണ്...'; ബാരലിന് ഏകദേശം ഇരുപത്തഞ്ച് ഇഞ്ചോളം നീളം വരുന്ന തോക്ക് പ്രദർശിപ്പിച്ചിട്ട് ബാലിസ്റ്റിക്സ് എക്സ്പെർട്ട് ഞങ്ങൾക്കായി വിവരിക്കാൻ തുടങ്ങി. ഗൺ പോയിന്റിന് പിന്നിലായി ഘടിപ്പിച്ചിരുന്ന ദൂരദർശിനിയിൽ തൊട്ടുകാട്ടിക്കൊണ്ടു അയാൾ തുടർന്നു: 'വളരെ ദൂരെയുള്ള ലക്ഷ്യത്തിൽ പോലും കൃത്യമായി വെടിയുണ്ട കൊള്ളിക്കാനുപയോഗിക്കുന്ന, 'സ്കോപ്പ് ' എന്ന ഈ ടെലിസ്കോപിക് ഉപകരണം തരുന്ന സൂചന അയാളൊരു ഷാർപ്പ് ഷൂട്ടറാണെന്നാണ്.'

'ആ മൃതദേഹത്തിന്റെ അരയിലുണ്ടായിരുന്ന ലെതർ ബെൽറ്റിൽ നി

ന്നും കിട്ടിയത് ഈ തോക്കിലുപയോഗിക്കുന്ന വെടിയുണ്ടകൾ തന്നെയാണോ?'; രണ്ടിനെയുംകൂടി ബന്ധിപ്പിച്ചുറപ്പിക്കാനെന്നവണ്ണം രഘുരാമൻ സാർ തെരക്കി.

'അതേ, അയാളുടെ അരയിലുണ്ടായിരുന്ന ഷെൽ ബെൽറ്റിൽ നിന്നും ലഭിച്ചത് ഈ ഗണ്ണിലുപയോഗിക്കുന്ന ട൮ൽവ് ഗേജ് ഷെൽസ് തന്നെയാണ്.'; ഒറ്റനോട്ടത്തിൽ ബാറ്ററി പോലെയിരിക്കുന്നവ കാട്ടിക്കൊണ്ടു എക്സ്പെർട്ട് അറിയിച്ചു.

'ഇതിന്റെ ഫൈറിങ്ങ് റേഞ്ച് എത്രദൂരമാണ്?'; ഷെല്ലുകൾ പരിശോധിക്കുന്നതിനിടയിലുണ്ടായ കൗതുകത്തിൽ നിന്നാണെങ്കിലും അന്വേഷണത്തെ സംബന്ധിച്ച് പ്രസക്തമായ ആ ചോദ്യം രഘുരാമൻ സാറിനെ മറികടന്നുകൊണ്ട് എന്നിൽ നിന്നുമുണ്ടായി.

'നാല്പത് മീറ്ററാണ് എഫക്റ്റീവ് ഫൈറിങ്ങ് റേഞ്ച്'; ബാലിസ്റ്റിക്സ് എക്സ്പെർട്ട് അതിനെപ്പറ്റിയുള്ള തന്റെ ആർജ്ജിത വിവരം പങ്കിട്ടു.

'ഈ ഷെല്ലുകൾക്കുള്ളിലുള്ളത് എന്താണ്?'; രഘുരാമൻ സാർ അയാളോട് ചോദിച്ചു.

' Metal slug,.. സംഗതി, പാറ്റൺ ടാങ്കിൽ വരെ തുളഞ്ഞുകയറാൻ ശേഷിയുള്ളയിനത്തിപ്പെട്ടതാണ്'; എക്സ്പെർട്ട് അതിനെ പ്രകീർത്തിച്ചു.

രഘുരാമൻ സാറിന്റെ മുഖത്തേക്ക് നോക്കുമ്പോൾ, എന്റെ മനസ്സിലും തലയൻ കുന്നിലെ പച്ചപ്പിനിടയിൽ നിന്നും പുറപ്പെട്ടെത്തി, ഹെയർപിൻ വളവ് തിരിഞ്ഞു കയറുകയായിരുന്ന സി ക്ലാസ് ബെൻസിന്റെ എഞ്ചിനുള്ളിൽ തറഞ്ഞുകയറിയ കൂർത്ത ലോഹകട്ടയുടെ ചിത്രമായിരുന്നു.

ഫോറൻസിക് ഓട്ടോപ്സിയ്ക്ക് അയച്ചിരുന്ന ആ മൃതദേഹം കാണാൻ, ബാലിസ്റ്റിക്സ് ഡിവിഷനിലേക്ക് വന്നതിന്റെ നാലിരട്ടി ആവേശത്തോടെ, പാഞ്ഞുചെന്ന ഞങ്ങളെ സ്വീകരിച്ചത് വെറുമൊരു അസ്ഥികൂടമായിരുന്നു. അമ്പതുദിവസത്തോളം പഴക്കം മാത്രമാണുണ്ടായിരുന്നതെങ്കിലും, മാംസത്തിന്റെ നല്ലൊരു ഭാഗവും മൃഗങ്ങളുടെ ഇടപെടൽ കാരണം നഷ്ടപ്പെട്ടിരുന്നതിനാൽ, ജീർണിക്കലിന്റെ നാലാംഘട്ടം പൂർത്തിയാക്കുന്നതിനു മുമ്പു തന്നെ അയാളുടെ മൃതദേഹമൊരു അസ്ഥികൂടമായി പരിണമിച്ചിട്ടുണ്ടായിരുന്നു. ഇത്രനാളും അപ്രാപ്യനായിരുന്ന ലൂക്കോയുടെ കൊലയാളി മുന്നിലേക്കെത്തപ്പെട്ടത് വെറും അസ്ഥിപഞ്ജരമായിട്ടാണെന്നത്, ഞങ്ങളെ തീർത്തും നിരാശരാക്കിക്കളഞ്ഞു.

സ്വന്തം ചട്ടക്കൂടിന്റെ മാതൃക കാണുന്ന നിർവികാരതയോടെ ആ

അസ്ഥികൂടത്തെ നോക്കിനിൽക്കുമ്പോൾ, ഞാൻ വിചാരിച്ചു: 'ഇതൊരു കൊലയാളിയായിരുന്നു! വിഖ്യാത വ്യവസായി പ്രമുഖൻ ലൂക്കോ സെബാസ്റ്റ്യൻ ഇട്ടിച്ചിറയുടെ കൊലയാളി! ഇനിയിപ്പോൾ, ഇതാരാണെന്ന് കണ്ടെത്തിയാൽപ്പോലും, ഇയാൾ എന്തിനുവേണ്ടി ലൂക്കോയെ കൊന്നുവെന്നത് ഒരു ചോദ്യചിഹ്നമായി അവശേഷിക്കാനിടയില്ലേ?'

രാത്രി എട്ടു മണിയോടെ ഞാൻ ക്വാർട്ടേഴ്സിൽ വന്നു കയറുമ്പോൾ, അമ്മച്ചിയും ലില്ലിക്കുട്ടിയും അവിടെയുണ്ടായിരുന്നു. ക്വാട്ടേഴ്സിൽ നിന്നും അധികം ദൂരമില്ലാത്ത റവന്യു ഓഫീസിലെ എൽ.ഡി ക്ലർക്കായിട്ട് ലില്ലിക്കുട്ടിയ്ക്ക് നിയമനം ലഭിച്ചതിനാൽ, അവൾക്ക് പോയി വരാനുള്ള സൗകര്യപ്രകാരം രണ്ടാളും കൂടി എന്നോടൊപ്പം നിൽക്കാനെത്തിയിരിക്കുവാണ്. അവർ വന്നത് പ്രിയപ്പെട്ടവരുടെ സാമീപ്യമുണ്ടാക്കുന്ന സന്തോഷത്തിനുപരി, അവർ എന്റെ സംരക്ഷണയിലാകുന്നുവെന്ന ആശ്വാസമായിരുന്നു നൽകിയത്. ആഴ്ചയിൽ രണ്ടുദിവസം പുല്ലാട്ടുകരയിലുള്ള വീട്ടിലെത്തി അവരുടെ വിശേഷങ്ങൾ നേരിൽ അറിഞ്ഞുവരുമെങ്കിലും, അവരെപ്പറ്റിയുള്ള ചിന്ത എപ്പോഴുമൊരു ആധിയായി കൂടെയുണ്ടാകും. പ്രത്യേകിച്ച്, പോലീസുകാരനായതന്നു മുതൽ സ്ത്രീകളോടുള്ള അതിക്രമങ്ങളെപ്പറ്റിയുള്ള പരാതികളൊഴിഞ്ഞ ദിവസങ്ങളുണ്ടായിട്ടില്ലെന്നതിനാൽ, രാത്രിയിൽ ഒരുവട്ടം വിളിച്ച് എല്ലാം സുരക്ഷിതമാണെന്ന് ഉറപ്പാക്കിയില്ലെങ്കിൽ, സ്വൈരത്തോടെ ഉറങ്ങാൻ പറ്റാത്ത അവസ്ഥയായി മാറിയിട്ടുണ്ടായിരുന്നു.

'ഇനിയിവക്കൊരു ചെറുക്കനെ കണ്ടുപിടിച്ചു കെട്ടിച്ചു വിടണം'; ഞാൻ കുളി കഴിച്ചു വന്നപ്പോൾ, അമ്മച്ചി അടുക്കളയിൽ നിൽക്കുന്ന ലില്ലിക്കുട്ടി കേൾക്കാൻ തക്ക ഉച്ചത്തിൽ എന്നോടായി പറഞ്ഞു.

'അതിന് നിങ്ങള് കഷ്ടപ്പെടണ്ട ഞാൻ തന്നെ കണ്ടുപിടിച്ചോളാം... അതാണ് ഇപ്പോഴത്തെ ട്രെൻഡ്...'; അടുക്കളയിൽ നിന്നും അഭിപ്രായം വന്നു.

'നീ കണ്ടുപിടിക്കുന്നവനെയും കെട്ടിക്കൊണ്ടു നീയങ്ങു പൊക്കോണം...നമ്മള് സമ്മതിക്കുമെന്ന് വിചാരിക്കേ വേണ്ട...'; കാർക്കശ്യസ്വരം കൊണ്ട് അമ്മച്ചി അപ്പോൾത്തന്നെ താക്കീതും നൽകി.

'അമ്മച്ചി എന്നതാ പറയാനുണ്ടെന്ന്, പറഞ്ഞേ?'; ഞാൻ കുളിച്ചിട്ട് വരുമ്പോൾ പറയാമെന്ന് അമ്മച്ചി സൂചിപ്പിച്ചിരുന്ന കാര്യത്തെപ്പറ്റി ഞാൻ തെരക്കി.

'ഇങ്ങോട്ടേക്കെറങ്ങാൻ നേരം, പൗലോസ് നെനക്കൊരു പെണ്ണിനെ കണ്ടുവച്ചിട്ടൊണ്ടെന്ന കാര്യവും കൂടി പറഞ്ഞുവിട്ട്. നല്ല കൂട്ടരാണെ

ന്നാ അവൻ പറഞ്ഞേ... നമ്മുക്ക് അതങ്ങ് നോക്കാം...'

അമ്മച്ചി കൂടുതൽ പറയുന്നതിനുമുമ്പു അക്കാര്യത്തിലൊള്ള എന്റെ തീരുമാനം ഞാൻ ഒരിക്കൽ കൂടി ഉറപ്പിച്ചു: 'ആദ്യം ലില്ലിക്കുട്ടിയുടേത് കഴിയട്ടെ.'

'ഇച്ചായന്റെ അടുത്ത പണിഷ്മെന്റ് ട്രാൻസ്ഫെർ ഒടനെയെങ്ങാനും കാണോ?...'; അത്താഴം കൊണ്ട് മേശപ്പുറത്തേക്ക് വയ്ക്കുന്നതിനിടയിൽ ലില്ലിക്കുട്ടി അന്വേഷിച്ചു.

'കരിനാവെടുത്ത് വളക്കാതെടി...'; അമ്മച്ചി ശകാരിച്ചു.

'എങ്കിപ്പിന്നെ, അടുത്തൊള്ള ഏതെങ്കിലും ഹോസ്റ്റൽ ഇപ്പോഴേ തരപ്പെടുത്തണല്ലോന്നോർത്തു പറഞ്ഞു പോയതാണേ...'; ലില്ലിക്കുട്ടി ഖേദിച്ചു.

പതിമ്മൂന്ന്

തലയൻ കുന്നിൽ കണ്ടെത്തിയ മൃതദേഹത്തിൽ നടത്തിയ ഫോറൻസിക് ഓട്ടോപ്സി ലൂക്കോയുടെ കൊലപാതകവുമായി ബന്ധപ്പെട്ടു നിൽക്കുന്ന നിഗൂഢതയെ വീണ്ടും ഘനപ്പിക്കുന്നതായിരുന്നു.

തലയോട്ടിയും അസ്ഥികളുമൊഴികെ അധികമൊന്നും അവശേഷിക്കാത്ത ആ മൃതദേഹത്തിന്റെ തലയോട്ടിക്കുള്ളിൽ തുളഞ്ഞുകയറിയിരുന്ന ഒരു വെടിയുണ്ട ഫോറൻസിക് സർജൻ കണ്ടെത്തുകയുണ്ടായി. തലയോട്ടിയുടെ വലതുവശത്തുകൂടെ പ്രവേശിച്ച് ഇടതുവശത്ത് തറഞ്ഞിരുന്ന ആ വെടിയുണ്ട കാരണമാണ് അയാളുടെ മരണം സംഭവിച്ചിരിക്കുന്നത്. കൂടുതൽ വിവര ശേഖരണത്തിനായി ഫോറൻസിക് ബാലിസ്റ്റിക്സിലേക്ക് അയച്ചിരിക്കുന്ന ആ വെടിയുണ്ടയെപ്പറ്റി അറിയാനായി ഞങ്ങൾ അങ്ങോട്ടേക്ക് തിരിച്ചു.

'ലൂക്കോയുടെ കൊലയാളിയും കൊല്ലപ്പെട്ടിരിക്കുന്നു! അതായത്, ആ ദിവസം കാവതിപ്പോണിയിൽ, ഒന്നല്ല, രണ്ടു കൊലപാതകങ്ങൾ സംഭവിച്ചിട്ടുണ്ടായിരിക്കണം! തലയൻക്കുന്നിൽ നിന്നും ലഭിച്ച മൃതദേഹത്തിന്റെ കാലപ്പഴക്കം ലൂക്കോയുടെ മരണം സംഭവിച്ചതിനോട് സമാനമായതാണ്.'; രഘുരാമൻ സാർ എന്നോടെന്നതിനെക്കാട്ടി സ്വയം അത് പറഞ്ഞതായിട്ടാണ് എനിക്ക് തോന്നിയത്. കാരണം എന്റെ മറുപടി പ്രതീക്ഷിക്കാതെ അദ്ദേഹം പര്യാലോചനയിൽ മുഴുകിയിട്ടുണ്ടായിരുന്നു. അന്നേരം, എന്റെ മനസിലേക്ക് വന്നത് മറ്റൊന്നായിരുന്നു. ഏതൊരു മികച്ച കുറ്റാന്വേഷകന്റെയും ശിഷ്ടകാലത്തെ വേട്ടയാടാൻ അയാൾക്ക് തെളിയിക്കാൻ കഴിയാതെ പോകുന്ന ഒരു കുറ്റകൃത്യമുണ്ടാകുമെന്ന് കേട്ടിട്ടുണ്ട്. സർവീസിൽ നിന്നും വിരമിക്കുന്നതോടൊപ്പം അതിനെയും ഉപേക്ഷിക്കുന്നുണ്ടെങ്കിലും, അയാളിലെ അന്വേഷകന് അതിനെപ്പറ്റിയുള്ള ചിന്തകളിൽ നിന്നും മോചനം ലഭിക്കാറില്ല. അയാളുടെ അബോധമണ്ഡലത്തിലേക്കും അതിന്റെ വേരുകൾ ആഴ്ന്നിറങ്ങിയിട്ടുണ്ടാവുമെന്നതിനാൽ, അയാളുടെ മരണക്കിടക്കയിൽപ്പോലും ചിലപ്പോളത് തുടർന്നേക്കും. അഴിയാക്കുരുക്കുകൾക്കിടയിലെവിടെയോ കെട്ടുപിണഞ്ഞിരിക്കുന്ന കാണാതലപ്പ് പോലെ തോന്നിപ്പിക്കുന്നയിത് രഘുരാമൻ സാറിന്റെ

ജീവിതത്തിലെ തെളിയിക്കാനാകാത്ത കേസായിത്തീരുമോയെന്നു ഞാൻ ഭയന്നു.

'ഇത് ഏത് തോക്കിൽ നിന്നുമുള്ള ബുള്ളറ്റായിരുന്നു?'; മൃതദേഹത്തിന്റെ തലയോട്ടിയ്ക്കുള്ളിൽ നിന്നും ലഭിച്ച ബുള്ളറ്റ് പരിശോധിക്കുന്നതിനിടയിൽ രഘുരാമൻ സാർ ബാലിസ്റ്റിക്സ് എക്സ്പെർട്ടിനോട് ചോദിച്ചു.

'ഓഹ്... അതൊരു വിരോധാഭാസമെന്നുതന്നെ പറയാം... മൊസ്സ്ബെർഗ് പമ്പ് ആക്ഷൻ ഷോട്ട് ഗൺ പോലൊരു മോസ്റ്റ് മോഡേൺ ഗൺ കൊണ്ടുനടന്നയാളെ വധിച്ചിരിക്കുന്നത് 'Beretta M1934' എന്ന ഇറ്റാലിയൻ നിർമ്മിത ക്ലാസിക് പിസ്റ്റലിൽ നിന്നുള്ള 9mm ബുള്ളറ്റ് കൊണ്ടാണ്'; എക്സ്പെർട്ട് സോപഹാസം ചൊരിഞ്ഞു.

'വെടിയുതിർക്കുമ്പോൾ ബുള്ളറ്റിൽ നിന്നും അടർന്നുമാറി തെറിക്കുന്ന കാട്രിഡ്ജ് കേസിൻമേൽ പതിയപ്പെട്ട ഗൺ സീരിയൽ നമ്പർ ഉപയോഗിച്ച് തോക്കിന്റെ ഉടമസ്ഥനെ കണ്ടെത്താനാവില്ലേ?'; ഞാൻ ആവേശത്തോടെ ചോദിച്ചു.

'കാട്രിഡ്ജ് കേസ് നമ്മൾക്ക് ലഭിച്ചിട്ടില്ല'; ബാലിസ്റ്റിക് എക്സ്പെർട്ട് അറിയിച്ചു.

'കാട്രിഡ്ജ് കേസ് അവിടെന്ന് കണ്ടെത്തിയാൽപ്പോലും ഇങ്ങനത്തെ തോക്കിന്റെ ഉടമയെയൊക്കെ കണ്ടെത്തുക പ്രയാസമായിരിക്കും. തോക്കുപ്രേമികൾക്കിടയിൽ വളരെയധികം പ്രചാരമുള്ള ഈ ക്ലാസിക് പിസ്റ്റലൊക്കെ പലവട്ടം നിയമവിരുദ്ധമായി കൈമാറപ്പെട്ടിരിക്കാനാണ് സാധ്യത'; ഞങ്ങൾ രണ്ടുപേർക്കുമായി രഘുരാമൻ സാർ പറഞ്ഞുതന്നു.

'ഈ ബുള്ളറ്റ് 1934 മോഡൽ പിസ്റ്റലുപയോഗിച്ചാണ് വെടിവച്ചതെന്ന് എങ്ങനെയാണ് തിരിച്ചറിഞ്ഞത്?'; എനിക്ക് അതറിയാൻ കൗതുകമുണ്ടായി.

'ബാരലിനുള്ളിൽ നിന്നും വെടിയുണ്ടയിൽ പതിഞ്ഞ മൈക്രോസ്കോപിക് അടയാളത്തിന്റെ സമാനതകളുപയോഗിച്ചാണ് ബെറേറ്റയാണെന്ന് തിരിച്ചറിയാൻ സാധിച്ചത് '; എക്സ്പെർട്ടിൽ നിന്നുമറിഞ്ഞ അന്വേഷണത്തിന്റെ നൂതന ശാസ്ത്രീയവശത്തെപ്പറ്റിയുള്ള അറിവ് എന്നിൽ അത്ഭുതമുളവാക്കി.

ഫോറൻസിക് സയൻസ് ലബോറട്ടറിയിൽ നിന്നും തിരികെ ഓഫീസിലെത്തിയപ്പോൾ, അവിടെ രഘുരാമൻ സാറിനെ കാണാൻ ഒരാളിരിക്കുന്നുണ്ടായിരുന്നു.

'താൻ ഇവിടെയുമെത്തിയോ!?'; രഘുരാമൻ സാറിന്റെ പെട്ടെന്നുള്ള

പ്രതികരണത്തിലൂടെ അയാളെ അദ്ദേഹത്തിന് നേരത്തേയറിയാമെന്നു മനസ്സിലായി. പൊക്കവും തടിയുമുള്ള ആഗതനെ നിരീക്ഷിച്ചതിൽ നിന്നും അയാളുടെ ശരീരഭാഷയിൽ വിടരുന്ന അതിവിനയം ഒരു കാര്യസാധ്യകയുപാധി മാത്രമാണെന്ന് തോന്നിയതിനാൽ, അയാളൊരു സൂത്രശാലിയായ കുറുക്കനാണെന്ന അവമതിപ്പാണ് എന്നിലുണ്ടായത്.

'ആ നാണയം സംബന്ധിച്ച സാറിന്റെ തീരുമാനത്തിലെന്തേലും മാറ്റമൊണ്ടോന്നറിയാൻ ഒന്നൂടെ വന്നു നോക്കിയതാണ്'; നടുവ് വളച്ചുള്ള നിൽപ്പിനൊപ്പം മുഖത്തൊരു വിഡ്ഢിച്ചിരിയും അയാളുണ്ടാക്കി വച്ചു.

'എനിക്കത് വിൽക്കാൻ താൽപര്യമില്ലെന്ന് ഞാൻ അന്നേ പറഞ്ഞതല്ലേ മഹിൻലാൽ?.. ആന്റിക്യൂ കളക്റ്റേഴ്സിൽ തന്നെ രണ്ടുതരം ആൾക്കാരുണ്ട്. ഒന്ന് അതിന്റെ അപൂർവ്വതയെ ലാളിക്കുന്നവരും, മറ്റേത് അപൂർവ്വമായതിനെ കൈക്കലാക്കിയതിൽ അഭിമാനിക്കുന്നവരും. ഞാൻ ആദ്യത്തെ ഗണത്തിൽപ്പെടുന്നയാളാണ്.'; രഘുരാമൻ സാർ നീരസപ്പെട്ടു.

'അറിയാം സാർ...'; മഹിൻലാൽ അതിഭവ്യതയോടെ ശരിവച്ചു.

'എന്റെ പക്കലുള്ള ആ വെള്ളിനാണയം ഇപ്പോഴും ചരിത്രത്തിൽ രേഖപ്പെടുത്തിയിട്ടില്ലാത്ത ഏതോ ചേര രാജാവിന്റെ കാലത്തുള്ളതാണെന്ന് മഹിൻലാലിനെപ്പോലെ ഞാനും മനസ്സിലാക്കിയിട്ടുണ്ട്. തേയ്മാനം സംഭവിച്ച അതിലെ അക്ഷരങ്ങൾ വീണ്ടെടുക്കാനായാൽ അതാരാണെന്ന് തിരിച്ചറിയാനായേക്കുമെന്നതിനാൽ, ഞാൻ അതിനുവേണ്ടിയുള്ള ശ്രമങ്ങൾ നടത്തിക്കൊണ്ടിരിക്കുന്നു.'; അദ്ദേഹമറിയിച്ചു.

'മനസ്സിലായി സാർ. എന്നാപ്പിന്നെ ഞാനിറങ്ങട്ടെ...'; ഹതാശനായി പോകാനിറങ്ങുമ്പോൾ അയാൾ എനിക്ക് നേരെയും വിനയം കാട്ടി.

അതാരാണെന്ന് ഞാൻ തെരക്കിയപ്പോൾ അദ്ദേഹം പറഞ്ഞു: 'അയാൾ ഇവിടെയുള്ളൊരു ആന്റിക്യൂ ഡീലറാണ്. സ്വകാര്യവ്യക്തികളുടെ പക്കലുള്ള പഴയകാല വസ്തുക്കളുടെ ചരിത്രമൂല്യത്തെപ്പറ്റി അവരെക്കാട്ടി നന്നായി ഇവർ മനസിലാക്കിയിട്ടുണ്ടാകും. അവയെ സാമാന്യം കുറഞ്ഞ തുകയ്ക്ക് കൈക്കലാക്കി ആന്റിക്യൂ ഷോപ്പുകളിലോ, മറ്റു വ്യക്തികൾക്കോയെത്തിച്ചു കൊടുത്തുണ്ടാക്കുന്ന ലാഭം വരുമാനമാർഗമായിട്ടെടുത്തവരിൽ ഒരുവനെന്നു വേണേൽ പറയാം. അയാളിലെ ഇടനിലക്കാരനെ ഇഷ്ടപ്പെടുന്നില്ലെങ്കിലും, അയാളുടെ ആഴത്തിലുള്ള ചരിത്രജ്ഞാനത്തോട് എനിക്ക് ബഹുമാനമാണ്.'

പതിന്നാല്

അന്ന്, ഞാൻ രഘുരാമൻ സാറിന്റെ ഓഫീസിലേക്ക് ചെല്ലുമ്പോൾ, അദ്ദേഹം തന്റെ കമ്പ്യൂട്ടറിൽ 1934 മോഡൽ ബെറേറ്റ കൈത്തോക്കിന്റെ ചിത്രങ്ങളും, വിവരങ്ങളുമടങ്ങിയ ഒരു ഇന്റർനെറ്റ് പേജിന്റെ വായനയിലായിരുന്നു. എന്നെക്കണ്ടയുടനെ ഇരിക്കാൻ ആവശ്യപ്പെട്ടുകൊണ്ട് അദ്ദേഹമൊരു വിശകലനസംഭാഷണത്തിലേക്ക് കടന്നു: 'തലയൻക്കുന്നിൽ നടന്ന കൊല ചെയ്തിരിക്കുന്നത് ഒരു ക്ലാസിക് ഗൺ ശേഖകനോ, അല്ലെങ്കിലൊരു ചരിത്രവസ്തു ശേഖകന് കൊലയ്ക്കായ് അയാളുടെ പക്കൽ ആകെയുണ്ടായിരുന്ന തോക്കെന്ന നിലയിൽ, അത് ഉപയോഗിക്കേണ്ടി വന്നതാകാനോയൊക്കെ സാധ്യതയുണ്ട്. കാരണം, ഉപയോഗിച്ച തോക്കിന്റെ പ്രത്യേകതയനുസരിച്ച്, അത് അത്യപൂർവ്വമായതാണ്. ഒരാൾ തന്റെ അമൂല്യശേഖരണമായി സൂക്ഷിക്കുകയോ, അല്ലെങ്കിൽ നല്ലൊരു തുകയുടെ സമ്പാദനത്തിനായ് വിൽക്കുകയൊക്കെ മാത്രം ചെയ്തേക്കാവുന്ന ഒരെണ്ണം!'

'1934 മോഡൽ ബെറേറ്റ കൈത്തോക്കിന് എങ്ങനെയാണ് ഇത്രമാത്രം പ്രിയതയുണ്ടായത്?'; അതിനുമാത്രം ആ തോക്കിനുള്ള പ്രത്യേകതയെന്തെന്നറിയണമെന്ന് എനിക്ക് തോന്നി.

'ബെറേറ്റ ഇതിനകം നാലരനൂറ്റാണ്ട് പൂർത്തിയാക്കിക്കഴിഞ്ഞ ലോകത്തിലേറ്റവും പഴയ തോക്കുനിർമ്മാണകമ്പനിയാണ്. രണ്ടാം ലോകമഹായുദ്ധകാലത്ത് അവർ ഇറ്റാലിയൻ സൈന്യത്തിന് നിർമ്മിച്ചുനൽകിയതാണെങ്കിലും ഒരു ചെറുപിസ്റ്റളിൽ നിന്നും അക്കാലത്ത് പ്രതീക്ഷിച്ചിരുന്ന എല്ലാ ഗുണമേന്മകളും ഒത്തിണങ്ങിയതായിരുന്നതിനാൽ, 1934 മോഡൽ ബെറേറ്റ ലോകത്തിലെ എല്ലാ സൈനികരുടെയും പ്രിയപ്പെട്ടതായി മാറി. അതുകൊണ്ട് തന്നെ യുദ്ധവിജയസ്മാരകങ്ങളായി സൈനികർ അവയെ ശേഖരിക്കാൻ തുടങ്ങി. മഹാത്മാ ഗാന്ധിയ്ക്കു നേരെ വെടിയുതിർക്കാൻ ഗോഡ്സെ ഉപയോഗിച്ച ഇതേ മോഡൽ തോക്കിലുണ്ടായിരുന്ന സീരിയൽ നമ്പർ പ്രകാരം അത് ആയിരത്തിതൊള്ളായിരത്തിമുപ്പത്തിയഞ്ചിലെ ഇറ്റാലിയൻ അബിസീനിയ യുദ്ധത്തിലുപയോഗിച്ചതും, വാർ ട്രോഫിയായി ഒരു ഇംഗ്ലീഷ് സൈനികൻ സ്വന്തമാക്കിയ

താണെന്നും കണ്ടെത്തിയിരുന്നു. എന്നാൽ, അതെങ്ങനെ ഇന്ത്യയിലെത്തിയതെന്ന് കണ്ടെത്താൻ സാധിച്ചിരുന്നില്ല.'

അത്രയും പറഞ്ഞിട്ട്, തന്റെ വാൾതം പോക്കറ്റ് വാച്ചെടുത്ത് സമയം നോക്കികൊണ്ട് അദ്ദേഹം അറിയിച്ചു: 'നമ്മുക്കൊന്ന് ഫോറൻസിക് ബയോളജി വിഭാഗം വരെ പോകേണ്ടതുണ്ട്.'

'എന്തിനാണ് സാർ!?'; അപ്പോൾ മാത്രമാണ് അങ്ങനെയൊരു സന്ദർശനത്തെപ്പറ്റി ഞാനറിയുന്നത്.

'അതൊക്കെ താൻ നേരിൽക്കണ്ടറിഞ്ഞോ'; അദ്ദേഹം അതിലൊരു ഉദ്വേഗമൊളിപ്പിച്ചു. എന്തായിരിക്കും ഞങ്ങളെയവിടെ കാത്തിരിക്കുന്നതെന്നതിനെപ്പറ്റി വഴിനീളെ ചിന്തിച്ചുണ്ടാക്കിയ അത്യാകാംക്ഷയുമായിട്ടാണ് ഞാൻ അദ്ദേഹത്തിന്റെയൊപ്പം അവിടേക്ക് ചെന്നത്.

'സൂപ്പർ ഇമ്പോസിഷൻ' എന്ന കമ്പ്യൂട്ടർ സാങ്കേതികവിദ്യ ഉപയോഗിച്ചുള്ള മുഖത്തിന്റെ പുനർനിർമ്മാണരീതിയെപ്പറ്റി അറിവുണ്ടായിരുന്നെങ്കിലും, പ്രായോഗികമായി അത്തരമൊന്നിന്റെ ഉപയോഗം ഞാനാദ്യമായി അനുഭവിക്കുകയായിരുന്നു. തലയൻക്കുന്നിൽ നിന്നും കണ്ടെടുത്ത മൃതദേഹത്തിന്റെ തലയോട്ടിയുടെ ത്രിമാന ഡിജിറ്റൽ രൂപങ്ങങ്ങളിലേക്ക് വിളങ്ങിച്ചേരുന്ന മുഖമുള്ളയാളിന്റെ ചിത്രം കമ്പ്യൂട്ടർ മോണിറ്ററിൽ കാട്ടിക്കൊണ്ടു ഫോറൻസിക് ബയോളജി വിഭാഗത്തിലെ ഉദ്യോഗസ്ഥൻ രഘുരാമൻ സാറിനോട് പറഞ്ഞു: 'സാറിന്റെ നിഗമനം ശരിയാണ്. അത് ഇയാളുടെ തലയോട്ടി തന്നെയാണ്.'

തലയോട്ടിയും ഫോട്ടോയും ഒരേ വ്യക്തിയുടേതാണെങ്കിൽ, മുഖത്തിന്റെ ഘടനാസവിശേഷതകൾ കൃത്യമായി വിന്യസിക്കപ്പെടുമെന്നതാണ് ഈ സാങ്കേതികവിദ്യയുടെ പ്രയോഗികതലമെന്നതിനാൽ, താൻ കണ്ടെത്തിയ കൊലയാളിയെ രഘുരാമൻ സാർ സൂപ്പർ ഇമ്പോസിഷന്റെ സഹായത്താലുറപ്പാക്കിയിരിക്കുകയാണ് ചെയ്തിരിക്കുന്നതെന്ന് എനിക്ക് ബോധ്യമായി.

'സാർ എങ്ങനെ ഇയാളെ കണ്ടെത്തി?!'; അത്ഭുതമടക്കാനാകാതെ ഞാൻ ചോദിച്ചു.

'പമ്പ് ആക്ഷൻ ഷോട്ട് ഗൺ ഉപയോഗിക്കുന്ന ഇന്ത്യയിലെ വാടകക്കൊലയാളികളെപ്പറ്റി നാഷണൽ ക്രൈം റെക്കോർഡ്സ് ബ്യൂറോയിൽ തെരഞ്ഞപ്പോൾ ലഭിച്ചത് മൂന്ന് പേരുകളായിരുന്നു. മിറാൻ ഹൻഷ്, ജയന്ത് ഒമാങ്, പിന്നെ ഈ സിലാസ് സാൽവദോർ.'; കമ്പ്യൂട്ടർ മോണിറ്ററിൽ കാണുന്നയാളിന്റെ ഫോട്ടോ ചൂണ്ടിക്കാട്ടിക്കൊണ്ടു അദ്ദേഹം പറഞ്ഞു.

'സിലാസ് സാൽവദോർ തന്നെയായിരിക്കുമിതെന്നു എങ്ങനെയാണ് സാർ മനസ്സിലാക്കിയത്?'; എന്റെ ആകാംക്ഷയടങ്ങിയിട്ടില്ലായിരുന്നു.

ഈവക കാര്യങ്ങളെപ്പറ്റി അദ്ദേഹം വ്യക്തമായ ധാരണയുണ്ടാക്കി വച്ചിട്ടുണ്ടായിരുന്നുവെന്നു ബോധ്യമാക്കിത്തരുന്നതായിരുന്നു എനിക്ക് ലഭിച്ച മറുപടി: 'ഈ മൂന്നു പേരിൽ നിന്നും കൊല്ലപ്പെട്ടത് സിലാസ് സാൽവദോറാണെന്ന് തിരിച്ചറിയുക വളരെയെളുപ്പമുള്ള സംഗതിയായിരുന്നു. കാരണം, ജയന്ത് ഒമാങ് മുംബൈ പോലീസുമായിട്ടുള്ള എൻകൗണ്ടറിൽ രണ്ടുകൊല്ലം മുൻപ് കൊല്ലപ്പെട്ടിട്ടുണ്ടായിരുന്നു. പിന്നെ മിറാൻ ഹൻഷ് തായ്‌ലൻഡിലെ ഒരു രാജകുടുംബാംഗത്തെ വധിക്കാനുള്ള വിഫലശ്രമത്തിനിടയിൽ പിടിയിലായതുകാരണം അവിടെ ജയിൽ ശിക്ഷ അനുഭവിച്ചുകൊണ്ടിരിക്കുകയാണ്. ബാക്കിയുണ്ടായിരുന്നത് ഗോവക്കാരനായ ഈ സിലാസ് സാൽവദോർ ആയിരുന്നു. കൂടാതെ, ഫോറൻസിക് ഓട്ടോപ്സി റിപ്പോർട്ടിൽ അസ്ഥികൾക്കുണ്ടായ വളർച്ചാമാറ്റത്തെ കണക്കാക്കി രേഖപ്പെടുത്തിയിരുന്ന നാൽപ്പതിനും, നാല്പത്തിയഞ്ചിനുമിടയിൽ പ്രായവും, ആറടി ഉയരവും, സിലാസിന്റെ പ്രായത്തിനും ഉയരത്തിനും തുല്യമായിരുന്നു. അങ്ങനെയാണ് ആ ലുസോ ഇന്ത്യൻ വാടകക്കൊലയാളി തന്നെയായിരിക്കുമിതെന്ന് ഞാൻ ഉറപ്പിക്കുന്നത്.'

'ലുസോ ഇന്ത്യൻ?'; എനിക്കത് മനസ്സിലായില്ല.

'പോർച്ചുഗീസ് പാരമ്പര്യമുള്ളവരെ പറയുന്ന പേരാണ് ലുസോ ഇന്ത്യൻ. സിലാസ് അങ്ങനെയുള്ളവരിൽപ്പെടുന്നവനാണ്. ഗോവൻ ഡ്രഗ്ഗ് മാഫിയ തങ്ങളുടെ എതിരാളികളെ ഒഴിവാക്കാൻ വേണ്ടി ഏറ്റവും കൂടുതൽ പ്രയോജനപ്പെടുത്തിയത് ഇവനെയാണ്. ഒരു ലക്ഷ്യവും പിഴച്ചിട്ടില്ലാത്തതിന്റെ പേരിൽ കുപ്രസിദ്ധനായ വാടകക്കൊലയാളി. ഗോവാസർക്കാർ ഇവന്റെ തലയ്ക്ക് അഞ്ചുലക്ഷം രൂപ പാരിതോഷികം പ്രഖ്യാപിച്ചത് ഈയിടയ്ക്കാണ്.'; ആ പറഞ്ഞതിനൊപ്പം, അതിൽ നിന്നും ഞാൻ എന്തെങ്കിലും മനസിലാക്കിയോയെന്ന് അർത്ഥം വയ്ക്കുന്ന തരത്തിൽ, അദ്ദേഹമെന്നെ നോക്കി.

ഞാൻ പറഞ്ഞു: 'അഞ്ചുലക്ഷം രൂപ നേടാൻ അവസരമുണ്ടായിരുന്നിട്ട് കൂടി അയാളുടെ തലയിൽ തന്നെ വെടിയുണ്ട കൊള്ളിച്ചുവെങ്കിൽ?...'

അദ്ദേഹം പൂരിപ്പിച്ചു: 'അതേ,.. സിലാസ് ഇല്ലാതാവേണ്ടത് അയാളുടെ അത്യാവശ്യമായിരുന്നു.'

'പോലീസോ മറ്റോ ആയിരിക്കുമെന്ന തെറ്റിദ്ധാരണയിൽ, കാട്ടുകൊള്ളക്കാരോ, മാവോയിസ്റ്റുകളോ വേണമെങ്കിലും അയാൾക്കുനേരെ വെ

ടിയുതിർക്കാനുള്ള സാധ്യതയുണ്ടല്ലോ സാർ?...'; ഞാൻ, എന്റെ ബുദ്ധിയിലുദിച്ച ചോദ്യമവതരിപ്പിച്ചു.

'ഈ പറഞ്ഞ രണ്ടുകൂട്ടരും ബെറേറ്റയൊക്കെപ്പോലൊരു ക്ലാസിക് പിസ്റ്റളൊന്നും ഉപയോഗിച്ചതായി ചരിത്രമില്ല. പിന്നെ, സിലാസ് സാൽവദോർ അന്നേരം പോലീസിന്റേയോ, സ്പെഷ്യൽ ഫോഴ്സിന്റേയോയൊന്നും യൂണിഫോമിലുമല്ലായിരുന്നു. അതിനാൽ, നമ്മുക്കൊരു മൂന്നാമനെ തന്നെ സംശയിക്കാവുന്നതാണ്.'

ആ മറുപടിയിൽ നിന്നും, എല്ലാവിധ സാധ്യതകളെപ്പറ്റിയും അദ്ദേഹം ഇഴകീറി പരിശോധിച്ചിട്ടുണ്ടായിരുന്നുവെന്ന്, എനിക്ക് മനസ്സിലായി.

സിലാസ് സാൽവദോർ കൊല്ലപ്പെട്ടെന്ന വിവരം ഗോവ പോലീസ് ഹെഡ് ക്വാർട്ടേഴ്സിലറിയിക്കാനുള്ള ഏർപ്പാടുകൾ ചെയ്തതിനുശേഷം അവിടെന്നിറങ്ങുമ്പോൾ, എന്റെയുള്ളിലെ ചിന്താകുഴപ്പം, ഞാൻ, രഘുരാമൻ സാറിനോട് അവതരിപ്പിച്ചു: 'ലൂക്കോയെ വധിക്കാൻ വാടകക്കൊലയാളിയായ സിലാസിനെ ഉപയോഗിച്ചയാള് തന്നെയായിരിക്കുമോ സിലാസിന്റെയും ഘാതകൻ?!'

അദ്ദേഹം പറഞ്ഞു: 'എന്നെങ്കിലും സിലാസ് പിടിക്കപ്പെട്ടാൽ, ഒരുപക്ഷേ, ലൂക്കോയുടെ മരണമൊരു കൊലപാതകമാണെന്ന് വെളിപ്പെട്ടേക്കാമെന്ന വളരെച്ചെറിയ സാധ്യതപോലും തുടച്ചുനീക്കാൻ അയാൾ പദ്ധതിയിട്ടിരുന്നുവെന്നു തന്നെ കണക്കാക്കാം. അയാളിലേക്കെത്തണമെങ്കിൽ, നമ്മൾക്ക് ലൂക്കോ അന്നേ ദിവസം നടത്തിയ യാത്രയുടെ പൊരുൾ കണ്ടെത്തേണ്ടതുണ്ട്. ആ യാത്രയോടൊപ്പം അതിന്റെ ഉദ്ദേശവും പൂർത്തിയാകാതെയായിരിക്കണം അയാൾ കൊല്ലപ്പെട്ടിരിക്കുന്നത്. അയാളുടെ ലക്ഷ്യസ്ഥാനമായിരിക്കാൻ സാധ്യതയുള്ളത്, ആ റോഡ് ചെന്നവസാനിക്കുന്നിടത്തുള്ള റിസോർട്ടാണ്. ആ റിസോർട്ടിൽ അന്നേദിവസം തങ്ങിയിട്ടുള്ളവരുടെ വിവരം ശേഖരിക്കലാണ് നാളത്തെ നമ്മുടെ പ്രധാന ജോലി.'

പതിനഞ്ച്

കാവതിപ്പോണിയിലൂടെ കടന്നുപോകുന്ന പാത ചെന്നെത്തുന്നത് വിനോദസഞ്ചാര മലമ്പ്രദേശമായ ചോപ്പംമുടിയിലാണ്.

പച്ചപ്പണിഞ്ഞ മലകളെ പുതച്ചുനില്ക്കുന്ന മൂടൽമഞ്ഞിനാൽ എപ്പോഴും തണുത്തുകിടക്കുന്ന ആയിടം ഹൈക്കിങ് എന്ന മാനസികോല്ലാസ പദയാത്രയ്ക്ക് അനുകൂലമെന്നതിനാൽ, വിദേശികളുടെ ഇഷ്ടസന്ദർശനയിടമാണ്. അങ്ങനെയെത്തുന്ന വിദേശസഞ്ചാരികൾക്ക് മികവാർന്ന രീതിയിലുള്ള താമസ സൗകര്യമൊരുക്കി പ്രശസ്തിയാർജ്ജിച്ച ഡാസ്ലിങ് ഡ്രീംസ് റിസോർട്ടിലേക്ക് അന്വേഷണ ഉദ്യോഗസ്ഥരായിട്ട് തന്നെയാണ് ഞങ്ങളെത്തിയത്. റിസപ്ഷനിസ്റ്റ് വിളിച്ചറിയിച്ചതിൻ പ്രകാരം അങ്ങോട്ടേക്ക് പാഞ്ഞെത്തിയ ഗെസ്റ്റ് സർവീസ് മാനേജരോട് ഒരു അന്വേഷണവുമായി ബന്ധപ്പെട്ട് സെപ്റ്റംബർ ആറാം തീയതിയിലെ ഗെസ്റ്റ് റെജിസ്ട്രേഷൻ ഡീറ്റെയിൽസ് വേണമെന്നാവശ്യപ്പെട്ടപ്പോൾ അയാൾ പെട്ടെന്ന് ഇടപെട്ടു: 'സാർ, ആ സ്പെയിൻകാരൻ മുങ്ങിമരിച്ചത് സെപ്റ്റംബർ അഞ്ചാം തീയതിയായിരുന്നു!'

ഞങ്ങൾക്ക് വേണ്ടത് ആറാം തീയതിയിലെ വിവരം തന്നെയാണെന്നറിയിച്ചപ്പോൾ അയാൾ വീണ്ടും ശങ്കിച്ചു: 'തീയതി മാറിപ്പോയതല്ലല്ലോ സാർ?!'

ഞങ്ങൾ തിരയുന്നത് ആറാം തീയതിയിലെ വിവരം തന്നെയാണെന്ന് ബോധ്യപ്പെടുത്തിയതിനുശേഷം, അപ്പോഴേക്കും ഞങ്ങളുടെയുള്ളിൽ ജിജ്ഞാസ തിരുകിക്കയറ്റിവച്ച അഞ്ചാം തീയതിയിലെ സംഭവത്തെപ്പറ്റി രഘുരാമൻ സാർ അയാളോടന്വേഷിച്ചു.

തികഞ്ഞ അസന്തുഷ്ടിയോടെ അയാൾ പറഞ്ഞു: 'ആ തൊലഞ്ഞ ദെവസം ഞാനൊരിക്കലും മറക്കില്ല സാർ... ഇത്രയും കാലത്തെ എന്റെ സർവീസിനിടയിലുണ്ടായ ഒരേയൊരു പൊല്ലാപ്പാണത്! ഇവിടെ വന്നു റൂമെടുത്ത സ്പെയിൻകാരൻ എന്റെ കഷ്ടകാലത്തിന് ഇതിന്റെ പൊറകിലൂടെ ഒഴുകുന്ന പുഴയിൽ മുങ്ങിമരിച്ചു.'

ഒരു വിദേശിയുടെ ആകസ്മികമരണം അയാൾക്കെങ്ങനെ അത്രയും വലിയ സ്വൈരക്കേടായെന്നതിനെപ്പറ്റി വീണ്ടും ചോദിച്ചപ്പോൾ, അക്കാ

ര്യത്തെപ്പറ്റി ചിന്തിക്കാനുള്ള അനിഷ്ടമൊക്കെ തത്കാലം മാറ്റിവച്ചിട്ട്, അയാൾ ഞങ്ങളോട് പറയാനാരംഭിച്ചു: 'സെപ്റ്റംബർ നാലാം തീയതി രാവിലെ പത്തു മണിയോടെയാണ് അയാളിവിടേക്ക് വന്നത്. ഹൈക്കിങ്ങിന് തന്നെ വന്നതെന്നാ പറഞ്ഞേ. പക്ഷേ, വളരെ വിചിത്രമായി തോന്നുന്ന രീതിയിൽ അയാൾ പതിനഞ്ചാം നമ്പർ സ്യൂട്ടിനുവേണ്ടി വാശി പിടിച്ചു. അത് മറ്റൊരു ഗെസ്റ്റിന് നൽകിപ്പോയതിനാൽ അയാൾക്ക് നല്കാൻ സാധിക്കില്ലെന്ന് അറിയിച്ചപ്പോൾ, അയാളതിനായി കേണപേക്ഷിക്കാൻ തുടങ്ങി. അരിത്മോമാനിയ എന്ന അക്കസംബന്ധമായ മാനസിക തകരാറുള്ള അയാളുടെ സാന്ത്വനപ്രദമായ അക്കമാണ് പതിനഞ്ച് എന്നും, അത് ലഭിച്ചില്ലെന്നുണ്ടെങ്കിൽ ഉറങ്ങാൻ സാധിക്കില്ലെന്നും, ദയനീയതയോടെ അയാൾ വീണ്ടും വീണ്ടും പറഞ്ഞോണ്ടേയിരുന്നു. എന്തു തന്നെയായാലും പതിനഞ്ചാം നമ്പർ സ്യൂട്ട് നല്കാൻ സാധിക്കില്ലെന്നത്, വളരെ സൗമ്യതയോടെ അയാളെ പറഞ്ഞു മനസ്സിലാക്കാൻ, ഞാനും ശ്രമിച്ചുകൊണ്ടിരുന്നു. അങ്ങനെയാണ്, പതിനഞ്ചാം നമ്പർ സ്യൂട്ട് തരപ്പെടുത്തിക്കൊടുക്കുന്നതിന് നല്ലൊരു തുക അയാൾ വാഗ്ദാനം ചെയ്തത്. ഞാനതിൽ വീണുപോയെന്ന് പറഞ്ഞാ മതിയല്ലോ സാർ,... അപ്പോൾ പതിനഞ്ചാം നമ്പർ സ്യൂട്ടിലുണ്ടായിരുന്ന മാർവാടി കുടുംബത്തോട് ആ സ്യൂട്ട് നേരത്തെ മറ്റൊരു ഗെസ്റ്റ് ബുക്ക് ചെയ്തിരുന്നതാണെന്നും, അബദ്ധവശാൽ അവർക്ക് നൽകിപ്പോയതാണെന്നും ധരിപ്പിച്ചു. എന്നിട്ട് , അവരെ സ്പെയിൻകാരന് നല്കാനിരുന്ന പതിനെട്ടാം നമ്പർ സ്യൂട്ടിലേക്ക് മാറ്റി. പതിനഞ്ചാം നമ്പർ സ്യൂട്ട് അയാൾക്കും നൽകി. വളരെയധികം നന്ദി വാക്കുകളോടെ, പറഞ്ഞതിലും കൂടുതൽ തുക അയാൾ എനിക്ക് തരുകയും ചെയ്തു. എന്നാൽ, അതിനൊക്കെ, പിന്നീട് മാനേജ്മെന്റിനോടും പോലീസിനോടും മാറി മാറി മറുപടി പറയേണ്ടി വരുമെന്നത് ഞാനപ്പോൾ അറിയുന്നില്ലല്ലോ...'

'അതൊരു മുങ്ങിമരണം മാത്രമായിരുന്നില്ലേ?, പിന്നെന്താ?'; ഞാനാണ് അങ്ങനെ ചോദിച്ചത്.

'ഹോ! അതുമായി ബന്ധപ്പെട്ടൊണ്ടായ പുകിലുകളൊക്കെ ഓർക്കുമ്പോത്തന്നെ എന്റെ തല കറങ്ങും സാർ... ഇപ്പഴും തീർന്നിട്ടില്ലാ... ഒന്നിനു പൊറകേ ഒന്നായിട്ടിങ്ങനെ വന്നോണ്ടേയിരിക്കുവാണ്.'; അയാൾ ജല്പനം നടത്തി.

കാര്യഗൗരവം ബോധ്യപ്പെടാഞ്ഞതിലുള്ള നിസ്സംഗതയാൽ, ഞാനും, രഘുരാമൻ സാറും പരസ്പരം നോക്കുകയും, പിന്നെ, അതറിയാനായി അയാളെ നോക്കുകയും ചെയ്തു.

'അയാളുടെ മരണമറിഞ്ഞ് സ്പെയിനിൽ നിന്നുമെത്തിയ കാമുകിയാണ് ആദ്യമായി അയാളുടെ മരണത്തില് ദുരൂഹതയുണ്ടെന്ന് ആരോപിച്ചത്. അവരുടെ പരാതിമേൽ സ്പെയിൻ എംബസി കൂടി ഇടപെട്ടതിനെത്തുടർന്ന്, ദ്രുതഗതിയിലുള്ള അന്വേഷണം നടത്താൻ വേണ്ടി വിദേശകാര്യമന്ത്രാലയത്തിൽ നിന്നും സർക്കാരിന്റെയും, ടൂറിസം വകുപ്പിന്റെയും മേലെ വലിയ സമ്മർദ്ദമുണ്ടായി. സ്യൂട്ട് മാറി നല്കിയതുൾപ്പെടെ എല്ലാം വിഷയമായി. പണം വാങ്ങിയതൊക്കെ ഒളിപ്പിച്ചാൽ, വലിയ ഗുലുമാലാവുമെന്ന് തോന്നിയതിനാൽ, ഞാൻ എല്ലാം, ഒള്ളതുപോലെയങ്ങ് പറഞ്ഞായിരുന്നു സാർ. വിശ്വസിക്കാൻ പാടായ കാര്യങ്ങളായതോണ്ട്, അതിലൊക്കെയെന്തോ പന്തികേട് തോന്നിയതിനാൽ, എന്നെ ഉദ്യോഗസ്ഥമ്മാര് പലവട്ടം തലങ്ങനെയും വെലങ്ങനെയും ചോദ്യം ചെയ്തു. കൊലപാതകം നടന്നതിന്റെ ഏതൊരു തെളിവുമില്ലാത്തതിനാൽ, ഒടുവിൽ, മുങ്ങിമരണം തന്നെയാണെന്ന് പോലീസ് റിപ്പോർട്ട് നൽകി. പക്ഷേ, അത് അംഗീരിക്കാൻ ആ ലേഡി തയ്യാറിയിരുന്നില്ല. മൃതശരീരവും കൊണ്ട് സ്പെയിനിലേക്ക് മടങ്ങിപോകുന്നതിനു മുൻപ് CBI അന്വേഷണമാവശ്യപ്പെട്ടുകൊണ്ട് അവർ ഹൈക്കോടതിയിൽ കേസ് ഫയൽ ചെയ്തു. പോരാത്തതിന്, സ്പെയിനിലെ കോടതിയിലും, അന്താരാഷ്ട്രകോടതിയിലും വരെ കേസുകൾ ഫയൽ ചെയ്തിരിക്കുകയാണ്. അതിന്റെ അന്വേഷണവുമായി ബന്ധപ്പെട്ട്, ഇവിടെ മിക്കപ്പോഴും എവിടെന്നെങ്കിലുമുള്ള ഉദ്യോഗസ്ഥന്മാർ കയറിവരും.'; അത്രയും പറഞ്ഞിട്ട്, അവിടെയിരുന്ന കുപ്പിയിലെ വെള്ളം മുക്കാലും ഒറ്റയടിയ്ക്കു കുടിച്ചുതീർത്തതിനുശേഷം, മാനേജർ കൂട്ടിച്ചേർത്തു: 'സാറൻമ്മാരും അതിന് വന്നതായിരിക്കുമെന്നാണ് ഞാൻ കരുതിയത്.'

ഞങ്ങൾക്ക് അവിടെ നിന്നും ലഭിച്ച സെപ്റ്റംബർ ആറാം തീയതിലെ വാസ സൗകര്യ സേവനവിവരപ്പട്ടികയിൽ, പതിനഞ്ചാം നമ്പർ സ്യൂട്ടിനു നേരെ രേഖപ്പെടുത്തിയിരുന്നത് ആ സ്പെയിൻകാരന്റെ പേരായിരുന്നു – ഡിയാഗോ സെർജിയോ കാർലോസ്.

പതിനാറ്

ലൂക്കോ സെബാസ്റ്റ്യൻ ഇട്ടിച്ചിറയുടെ യാത്രാ ഉദ്ദേശ്യം കണ്ടെത്തു കയെന്ന ഉദ്യമത്തിന്റെ ഭാഗമായി, സെപ്റ്റംബർ ആറാം തീയതി ഡാസ് ലിങ് ഡ്രീംസ് റിസോർട്ടിൽ തങ്ങിയ ഏതെങ്കിലും അതിഥിയുടെ ഫോൺ നമ്പറിലേക്ക്, മരിക്കുന്നതിന് കുറേയേറെ നാളുകൾക്ക് മുമ്പെങ്കിലും, അയാൾ ബന്ധപ്പെട്ടിട്ടുണ്ടോയെന്നതിനെപ്പറ്റി ഞങ്ങൾ സൂക്ഷ്മതയോ ടെയുള്ള പരിശോധന നടത്തി.

സാധ്യതയൊട്ടുമുണ്ടാവാനിടയില്ലെങ്കിൽ കൂടി, സെപ്റ്റംബർ അഞ്ചാം തീയതി പുഴയിൽ മുങ്ങി മരിച്ച ഡിയാഗോ സെർജിയോ കാർലോസി ന്റെ ഇന്റർനാഷണൽ റോമിങ് നമ്പറും പരിശോധനയിലുൾപ്പെടുത്തി യിരുന്നു. എന്നാൽ, അത്തരത്തിൽ ഒന്നും സംഭവിച്ചിരുന്നില്ല.

അക്കാര്യത്തിൽ നിരാശയായിരുന്നു ഫലമെങ്കിലും, വളരെ അപ്രതീ ക്ഷിതമായ മറ്റൊരു വിവരം, ഞങ്ങളുടെ ആ വിഫലശ്രമത്തിൽ നിന്നും ലഭിക്കുകയുണ്ടായി. ജൂലൈ മാസത്തിൽ ലൂക്കോയുമായി ബന്ധപ്പെട്ടി ട്ടുള്ള ഫോൺ നമ്പറുകളിൽ, ഒൻപതും, മൂന്നും അക്കങ്ങളുടെ പ്രത്യേ ക രീതിയിലുള്ള ആവർത്തനത്തിനാൽ വേറിട്ടുനിന്നയൊരെണ്ണം, രഘു രാമൻ സാറിന് വളരെ പരിചയമുള്ളതായിരുന്നു. അങ്ങനെയാണ്, വള രെ അത്യാവശ്യമായി കാണണമെന്നാവശ്യപ്പെട്ടുകൊണ്ട് മഹിൻലാലി നെ അദ്ദേഹത്തിന്റെ ഓഫീസിലേക്ക് വിളിച്ചുവരുത്തിയത്.

വളരെ താല്പര്യപൂർവ്വമാണ് മഹിൻലാൽ അദ്ദേഹത്തിന്റെ ക്യാബി നിലേക്ക് കടന്നു വന്നത്. ഒരുപക്ഷേ, കുറേനാളായി താൻ കൈക്കലാ ക്കാൻ ശ്രമിക്കുന്ന നാണയം ലഭിക്കാൻ പോകുകയാണെന്ന ധാരണ യായിരിക്കണം അയാളുടെ മുഖത്തിനെ ഉദ്ധീപിച്ചിരുന്നത്.

പതിവുപോലെ അതിവിനീതനായിരുന്ന അയാളോട് കനത്ത ശബ്ദ ത്തിൽ രഘുരാമൻ സാർ ചോദിച്ചു: 'മഹിൻലാൽ ലൂക്കോസെബാസ്റ്റ്യൻ ഇട്ടിച്ചിറയെ ബന്ധപ്പെട്ടിരുന്നത് എന്തിനായിരുന്നു?'

പതിവിനുവിരുദ്ധമായി രഘുരാമൻ സാറിന്റെ സമീപനത്തിലുണ്ടാ യിരുന്ന പോലീസ് രീതി, ഇത്തവണത്തേത് വെറും സൗഹൃദപരമായ സന്ദർശനമല്ലെന്ന ബോധ്യമുണ്ടാക്കിയതിനാലാവണം, മഹിൻലാലിന്റെ

മുഖത്തെ ഹാസഭാവം മങ്ങിയിട്ട് അവിടെ ഘനഭാവം തെളിഞ്ഞു. അയാൾ പറഞ്ഞു:'അതല്പം രഹസ്യസ്വഭാവമുള്ളൊരു ഇടപാടിന് വേണ്ടിയായിരുന്നു!'

'എന്ത് ഇടപാട്?'; ഇപ്രാവശ്യം രഘുരാമൻ സാറിന്റെ ശബ്ദം കുറച്ചുംകൂടി കനത്തിട്ടുണ്ടായിരുന്നു.

അദ്ദേഹത്തിന്റെയുള്ളിലെ പോലീസുകാരനെ അപ്രതീക്ഷിതമായി നേരിടേണ്ടി വന്നതിന്റെ അങ്കലാപ്പുണ്ടാക്കിയ പതർച്ചയോടെയാണ് മഹിൻലാൽ മറുപടി നൽകിയത്: 'ഒരു വജ്രം!'

'വജ്രമോ?... താൻ വജ്രക്കച്ചവടത്തിനും ഇടനില നിക്കാൻ തുടങ്ങിയോ?'; അദ്ദേഹം ചോദിച്ചു.

മഹിൻലാൽ പറഞ്ഞു: 'ഇതുപക്ഷേ, സാധാരണ വജ്രമല്ല സാറേ... കാര്യം അല്പം ചരിത്രം കൂടി ചേർന്നതു തന്നെയാണ്...'

'ചരിത്രം എനിക്കിഷ്ടമാണ് '; രഘുരാമൻ സാർ പ്രോത്സാഹിപ്പിച്ചു.

'ക്രിസ്തുവർഷം 1502-ൽ രണ്ടാമത് കേരളത്തിലേക്കെത്തിയ വാസ്കോഡ ഗാമ കണ്ണൂരിലെ കോലത്തിരിയുമായി കച്ചവടക്കരാറുണ്ടാക്കി ചരക്കുകളുമായി മടങ്ങാൻ നേരം, മൂറുകളുടെ കപ്പൽപ്പടയിൽ നിന്നുമൊരു ആക്രമണം നേരിട്ടു. കടൽപ്പോരിലുള്ള തന്റെ സാമർഥ്യമുപയോഗിച്ച് മൂറുകളെ ചെറുത്തുതോൽപ്പിച്ചെങ്കിലും, ആക്രമണത്തിനിടയിൽ കപ്പലുകൾക്കുണ്ടായ കേടുപാടുകൾ പരിഹരിക്കുന്നതിനും, മറ്റാവശ്യങ്ങൾക്കുമായി ഗാമയ്ക്കും സംഘത്തിനും കൊച്ചിയിൽ നങ്കൂരമടിക്കേണ്ടി വന്നു. ഈ അവസരത്തിൽ, കൊടുങ്ങല്ലൂരിൽ നിന്നുമൊരു മാർത്തോമ്മാ നസ്രാണികളുടെ പ്രതിനിധി സംഘം കോഴികളും പഴങ്ങളുമായെത്തി ഗാമയെ സന്ദർശിച്ച സംഗതി സാറിനുമറിയാമായിരിക്കുമല്ലോ?'; മഹിൻലാൽ ചോദിച്ചു.

ഉത്തരമായി അദ്ദേഹം മഹിൻലാൽ പറഞ്ഞതിന്റെ ബാക്കി പൂരിപ്പിച്ചു: 'ഗാമയെ കാണാൻ അവർ ചെന്നത് വില്ലാർവട്ടം എന്ന അവരുടെ ക്രിസ്ത്യൻ രാജവംശം പിന്തുർടച്ചയവകാശിയില്ലാതെ അന്യം നിന്നുപോയതിനെപ്പറ്റി സങ്കടം ബോധിപ്പിക്കാനും, പോർച്ചുഗീസ് രാജാവിന്റെ മേൽക്കോയ്മ അംഗീകരിക്കുന്നുവെന്ന് അറിയിക്കാനുമായിരുന്നു.'

എനിക്കവ പുതിയ അറിവുകളായിരുന്നതിനാൽ, ഞാൻ അവർക്കിടയിലൊരു ഔത്സുക്യ ശ്രോതാവായിരുന്നു ചെവികൂർപ്പിച്ചു. ഒരു സ്വകാര്യം പറയുന്നതിനോളം ശബ്ദം താഴ്ത്തിക്കൊണ്ട് മഹിൻലാൽ വെളിപ്പെടുത്തി: 'എന്നാൽ, നിധിയന്വേഷകരാൽ കൈമറിഞ്ഞുവന്ന ഈ സംഭവത്തിന്റെ ഗൂഢ ചരിത്രത്തിൽ മറ്റൊരു കാര്യം കൂടിയുണ്ട്!..'

'എന്താണത്?'; രഘുരാമൻ സാർ വളരെയധികം തല്പരനായി.

'യൂറോപ്പിലേക്കും ഖ്യാതി വ്യാപിച്ചിരുന്ന വില്ലാർവട്ടത്തെ ക്രിസ്ത്യൻ രാജാവിന് കാഴ്ചവയ്ക്കാനായി പോർച്ചുഗീസിലെ മാനുവൽ ഒന്നാമൻ രാജാവ് ഗാമയുടെ കൈവശം ഒരു അമൂല്യവജ്രം കൊടുത്തുവിട്ടിരുന്നു. എന്നാൽ, ഗാമയുടെ വരവിനു മുൻപേ വില്ലാർവട്ടത്തെ രാജാവ് നാടുനീങ്ങിയിട്ടുണ്ടായിരുന്നുവെന്നു മാത്രമല്ല, അനന്തരാവകാശികളില്ലാതെ വില്ലാർവട്ടം രാജവംശം തന്നെ അന്യം നിന്നു പോയിട്ടുണ്ടാരുന്നു. അതിനാൽ, പോർച്ചുഗീസുകാർക്ക് കച്ചവടത്തിനുവേണ്ട സഹായങ്ങൾ ലഭിക്കുന്നതിനുവേണ്ടി, ഗാമ ആ അമൂല്യവജ്രം അയാളെക്കാണാൻ കൊടുങ്ങല്ലൂരിൽ നിന്നുമെത്തിയ പ്രതിനിധി സംഘത്തിന്റെ തലവനായിരുന്ന അബൂന യാക്കോബ്ബെന്ന ക്രിസ്ത്യൻ മാടമ്പിയ്ക്ക് സമ്മാനിച്ചതായി വിശ്വസിക്കപ്പെടുന്നു. പിൽക്കാലത്ത്, പല കൈമറിഞ്ഞുപോയ ആ അമൂല്യവജ്രം ലൂക്കോയുടെ കൈവശമുണ്ടെന്ന രഹസ്യമറിഞ്ഞിട്ടാണ് ഞാനയാളെ സമീപിച്ചത്.'

മഹിൻലാലിന്റെ വിവരണം ജിജ്ഞാസയിരട്ടിപ്പിക്കുന്നതായിരുന്നു.

'അതിന്റെ ബാക്കിയാണ് എനിക്കറിയേണ്ടത്.'; രഘുരാമൻ സാറിന്റെ ശബ്ദം മൂർച്ഛിച്ചിരുന്നു.

'ഇങ്ങനത്തെ അസംബന്ധമൊക്കെ ചോദിച്ചുകൊണ്ട് മേലാൽ വിളിക്കരുതെന്ന് താക്കീത് ചെയ്തിട്ട് അയാളപ്പോൾ തന്നെ ഫോൺ കട്ട് ചെയ്തു. പിന്നീട് അയാളെ നേരിൽകാണാൻ ഞാൻ പലവട്ടം ശ്രമിച്ചെങ്കിലും, അയാളൊരിക്കപ്പോലും പിടി തന്നില്ല. എനിക്ക് കിട്ടിയ വിവരം അത്രമേൽ വിശ്വസിനീയമായിരുന്നതുകൊണ്ട് അയാളുടെ മരണശേഷം, ഒരുവട്ടം അയാളുടെ കുടുംബത്തെയും ഇക്കാര്യത്തിനുവേണ്ടി ഞാൻ സമീപിച്ചെങ്കിലും, അവർക്കൊന്നും അതിനെപ്പറ്റി ഏതൊരുതരത്തിലുള്ള അറിവും ഉണ്ടായിരുന്നില്ല. അതിനുശേഷം ഞാൻ ആ കാര്യം വിട്ടു സാറേ... എന്താ സാറേ?... അതിനെപ്പറ്റി സാറിനെന്തെങ്കിലും വിവരം കിട്ടിയോ?!'; വികസിച്ചു നിന്ന കൃഷ്ണമണികൾക്കുള്ളിലൂടെ മഹിൻലാലിനുണ്ടായ സന്ദേഹം തുറിച്ചുനോക്കി.

'ഒരു അജ്ഞാതസന്ദേശം ലഭിച്ചതിന്റെ പേരിൽ നടത്തിയ ചെറിയൊരു അന്വേഷണം മാത്രം.'; നോട്ടം കൊണ്ട് എന്നോടും മാഹിൻലാലിനോട് അക്കാര്യത്തെപ്പറ്റി അതിനപ്പുറമാവരുതെന്ന ധാരണയുണ്ടാക്കികൊണ്ടാണ് അദ്ദേഹം അങ്ങനെ പറഞ്ഞത്.

'എന്നാപ്പിന്നെ ഞാൻ ഇറങ്ങിക്കോട്ടെ സാർ ?'; മഹിൻലാൽ ചോദിച്ചു.

'സഹകരിച്ചതിന് വളരെ നന്ദി മഹിൻലാൽ.'; അദ്ദേഹം അനുമതി നൽകി.

പോകാനെഴുന്നേൽക്കുന്ന കൂട്ടത്തിൽ മഹിൻലാൽ മടിച്ച് മടിച്ചാണെന്ന വ്യാജേന വീണ്ടുമൊരു അന്വേഷണം നടത്തി: 'ആ നാണയത്തിന്റെ കാര്യത്തിൽ എന്തെങ്കിലും മാറ്റമുണ്ടോ സാർ?...'

അതിന് മറുപടി നല്കാൻ അദ്ദേഹത്തിന് രണ്ടാമതൊന്ന് ആലോചിക്കേണ്ടതുണ്ടായിരുന്നില്ല. അദ്ദേഹം അപ്പോൾ തന്നെ പറഞ്ഞു: 'അതിന്റെ ചരിത്രമൂല്യത്തെപ്പറ്റി തനിക്കുള്ളതുപോലെ എനിക്കും നല്ല ബോധ്യമുണ്ടായിപ്പോയില്ലേ മഹിൻലാൽ?...'

അതുകേട്ട് അല്പം ഉറക്കെ ചിരിച്ചുകൊണ്ടാണ് അയാളിറങ്ങിപ്പോയത്.

കൊടുങ്ങല്ലൂരിൽ നിലനിന്നിരുന്ന ക്രിസ്തീയ രാജവംശത്തെപ്പറ്റി കേട്ടപ്പോൾ തൊട്ടുണ്ടായ ജിജ്ഞാസയടക്കാനാകാതെ ഇരിക്കുകയായിരുന്ന ഞാൻ അദ്ദേഹത്തിനോടപേക്ഷിച്ചു: 'എനിക്ക് വില്ലാർവട്ടത്തെപ്പറ്റി പറഞ്ഞുതരാമോ സാർ ?'

അൽപ്പം പോലും മനസ്സുകേട് കാണിക്കാതെ അദ്ദേഹം അതിനെപ്പറ്റി എനിക്കുവേണ്ടി വിവരിക്കാൻ തുടങ്ങി: 'പലരുടെ ഭാവനകൾ ചേർന്ന് സൃഷ്ടിക്കപ്പെട്ടൊരു കല്പിത കഥയാണോയെന്ന് കുഴിപ്പിക്കുന്നവണ്ണം രേഖപ്പെട്ടിട്ടുള്ളതാണ് ആ ക്രിസ്ത്യൻ രാജവംശത്തിന്റെ ചരിത്രം. ആധികാരികമായ ചരിത്രശേഷിപ്പുകളോ, രേഖപ്പെടുത്തപ്പെട്ട വംശാവലിയോ അവകാശപ്പെടാനില്ലാത്ത വില്ലാർവട്ടത്തിനെപ്പറ്റി വെളിച്ചം പകരുന്നത് പിൽക്കാല ചരിത്രപുസ്തകങ്ങളിൽ രേഖപ്പെടുത്തിയിരിക്കുന്ന പരാമർശങ്ങളാണ്. എന്നാൽ, അവ കേട്ടുകേൾവിയും ഭാവനയും കലർന്ന അർദ്ധ കാല്പനിക സൃഷ്ടികളാണെന്നതിനാൽ, പ്രാമാണികമായി പരിഗണിക്കപ്പെടുന്നവയല്ല. വിദേശിയരും സ്വദേശിയരുമായവരുടെ ചരിത്ര ഗ്രന്ഥങ്ങളിലുണ്ടായിട്ടുള്ള വില്ലാർവട്ടം പ്രതിപാദ്യങ്ങളിലെ പൊതുവസ്തുതകളെ ക്രോഡീകരികരിച്ചെടുത്തൊരു വില്ലാർവട്ടച്ചരിത്രം പറഞ്ഞാൽ, അത് ഇപ്രകാരമായിരിക്കും: വിദൂര വ്യാപാരത്തിന്റെ ഇടനിലക്കാരെന്ന നിലയിൽ കൊടുങ്ങല്ലൂരിൽ പ്രബലരായിത്തീർന്ന മാർത്തോമ്മാ ക്രിസ്താനികൾക്കിടയിൽ നിന്നും ഉദയം ചെയ്ത അധികാരപ്രമുഖനായിരുന്നു വില്ലാർ വട്ടത്തെ രാജാവ് എന്നർത്ഥത്തിൽ ഡച്ച് -പോർച്ചുഗീസ് രേഖകളിൽ പരാമർശിക്കപ്പെട്ടിരിക്കുന്ന 'ബലിയാർട്ടെ'. വില്ലാർവട്ടത്തെ തോമ്മാരാജാവെന്ന് പ്രദേശവാസികളാൽ വിളിക്കപ്പെട്ടിരുന്ന അയാൾ, ശക്തനായ കൊച്ചിരാജാവിന്റെ സാമന്തന്മാരിൽ ഒരാളായി നി

ന്നുകൊണ്ടാണ് ഭരണം കൈയാളിയിരുന്നത്. ആയതിനാൽ, സന്തതിപരമ്പരകളില്ലാതെ പിൽക്കാലത്തു അന്യം നിന്നുപോയ വില്ലാർവട്ടം സ്വരൂപത്തിന്റെ ഭൂഭാഗവും, ഉത്പത്തികളും കൊച്ചി രാജ്യത്തിലേക്ക് തന്നെ ലയിപ്പിക്കപ്പെട്ടു.'

'പോർച്ചുഗീസുകാർ കേരളത്തിലെത്തുന്നതിനു മുൻപുതന്നെ വില്ലാർവട്ടം രാജവംശം അന്യം നിന്നുപോയിരുന്നല്ലേ സാർ?...'; മഹിൻലാൽ കുറച്ചുമുമ്പ് പറഞ്ഞതിൽ നിന്നും മനസ്സിലായ അക്കാര്യത്തെപ്പറ്റി കൂടുതലറിയാൻ വേണ്ടി ഞാൻ ചോദിച്ചു.

'വാസ്കോ ഡ ഗാമ കേരളത്തിലാദ്യമായി വന്ന 1498 മുതൽ 1631 വരെയുള്ള കേരളചരിത്രത്തെപ്പറ്റി ഇരുന്നൂറു വർഷങ്ങൾക്കിപ്പുറം, 1868 ൽ, ഹെർമൻ ഗുണ്ടർട്ട് പ്രസിദ്ധീകരിച്ച 'കേരള പഴമ' എന്ന ഗ്രന്ഥത്തിലാണ് മഹിൻലാൽ പറഞ്ഞയാ കൂടിക്കാഴ്ചയെപ്പറ്റി വിവരിച്ചിരിക്കുന്നത്. പോർച്ചുഗീസുരേഖകളിൽ നിന്നും ശേഖരിച്ച വിവരങ്ങളുടെ അടിസ്ഥാനത്തിൽ രചന നടത്തിയിരിക്കുന്ന ആ ചരിത്രപുസ്തകത്തിൽ പറഞ്ഞിരിക്കുന്നതിൻപ്രകാരം, കൊച്ചിയിൽ ചെന്ന് വാസ്കോ ഡ ഗാമയെ നേരിൽക്കണ്ട മാർത്തോമ്മാ ക്രിസ്ത്യാനികൾ, അവരുടെ വംശത്തിൽ നിന്നും പണ്ട് ഭരണം നടത്തിയിരുന്ന രാജാവിന്റെ ചെങ്കോലും, രാജ്യപത്രികയും ഗാമയ്ക്ക് നൽകിക്കൊണ്ട് പോർച്ചുഗീസ് രാജാവിന്റെ മേൽക്കോയ്മ അംഗീകരിക്കുകയുണ്ടായി, പകരം, മൂറുകളിൽ നിന്നും അവർക്ക് സംരക്ഷണം വാഗ്ദാനം ചെയ്ത ഗാമ, അവരെ സമ്മാനങ്ങൾ നൽകി മടക്കി അയക്കുകയും ചെയ്തു.'

അദ്ദേഹത്തിലെ ചരിത്രകാരൻ ഒരിക്കൽക്കൂടി എന്നെ വിസ്മയിപ്പിച്ചുവെന്നു തന്നെ പറയാം. കാരണം, അത്ര നാളും എനിക്കറിഞ്ഞുകൂടായിരുന്ന ചരിത്രവസ്തുതകളാണ് അദ്ദേഹം പറഞ്ഞു തന്നത്.

'സാറിനെന്ത് തോന്നുന്നു?... മഹിൻലാൽ പറഞ്ഞിട്ടുപോയ ആ വജ്രവും, ലൂക്കോയുടെ കൊലപാതകവും തമ്മിലെന്തെങ്കിലും ബന്ധമുണ്ടാവാനിടയുണ്ടോ?'; അദ്ദേഹമതിനെപ്പറ്റി എങ്ങനെ ചിന്തിക്കുന്നുവെന്നറിയാൻ എനിക്ക് ആഗ്രഹമുണ്ടായി.

അദ്ദേഹം പറഞ്ഞു: 'വാസ്കോഡ ഗാമയുടെ പക്കൽ പോർച്ചുഗീസിലെ മാനുവൽ ഒന്നാമൻ രാജാവ് വില്ലാർവട്ടത്തെ തോമ്മാ രാജാവിന് കാഴ്ച്ച വയ്ക്കാനേല്പിച്ച അമൂല്യ വജ്രം, തന്നെക്കാണാനെത്തിയ ക്രിസ്ത്യൻ മാടമ്പിയ്ക്ക് ഗാമ നല്കിയെന്നത് ചരിത്രത്തിനുള്ളിൽ സൃഷ്ടിക്കപ്പെട്ടൊരു കെട്ടുകഥ മാത്രമായിരിക്കാനും സാധ്യതയുണ്ട്. ഇനിയത് വാസ്തവമാണെങ്കിൽക്കൂടി ആ വജ്രം ലൂക്കോയുടെ കൈവശമുണ്ടാ

യിരുന്നുവെന്നതിന് മഹിൻലാൽ പറഞ്ഞതിനപ്പുറം തെളിവുകളൊന്നും നമ്മുടെയടുത്തില്ല.'

അന്നുരാത്രി ഉറങ്ങാൻ കിടക്കുമ്പോഴും ഈ വക കാര്യങ്ങളിൽ ചിന്ത വിഹരിച്ചുകൊണ്ടിരുന്നതിനാലാകണം, മുടിയും താടിയും നീണ്ട നാവികത്തൊപ്പിക്കാരന്റെ നീളൻ കുപ്പായക്കീശയ്ക്കുള്ളിൽ കിടന്നുവെട്ടിത്തിളങ്ങുന്ന ഒരു വജ്രം ഞാൻ സ്വപ്നം കാണുകയുണ്ടായി.

പതിനേഴ്

ആ ദിവസങ്ങളിലെല്ലാം ഞങ്ങൾ ലൂക്കോയുമായി ബന്ധപ്പെട്ടുകിടക്കുന്ന നിഗൂഢതകളെത്തമ്മിൽ യോജിപ്പിക്കാനുള്ള പരിശ്രമത്തിലായിരുന്നു. ലൂക്കോയുടെ യാത്രാ ഉദ്ദേശം, സിലാസ് സാൽവദോറിന്റെ അജ്ഞാതനായ കൊലയാളി, ലൂക്കോയുടെ കൈയിലുണ്ടായിരുന്നുവെന്ന് സംശയിക്കപ്പെടുന്ന അമൂല്യവജ്രം എന്നിവ തമ്മിൽ ചേരുന്നിടത്ത് ലൂക്കോയുടെ കൊലപാതകത്തിന് പിന്നിലെ ചുരുളഴിഞ്ഞേക്കാമെന്ന് ഞങ്ങൾക്ക് തോന്നി. അയാളൊരു വജ്രം വിൽക്കുകയോ, വിൽക്കാൻ ശ്രമിക്കുകയോ ചെയ്തിരുന്നുവെന്നതിനെപ്പറ്റി പലരീതിയിൽ ഞങ്ങൾ അന്വേഷിച്ചു. അയാളുടെ ഫോൺ റെക്കോർഡ്സ്, അയാൾ സന്ദർശിച്ചിരുന്ന വ്യക്തികൾ, അയാളുപയോഗിച്ചിരുന്ന ഓൺലൈൻ സെല്ലിങ് പോർട്ടലുകൾ, എന്നിവയെല്ലാം വളരെ സൂക്ഷ്മമായി തന്നെ പരിശോധിച്ചെങ്കിലും, അത്തരത്തിലുള്ള ഒന്നുമുണ്ടായിരുന്നില്ല. കൂടാതെ, ലൂക്കോയുടെ കുടുംബത്തോടും ആ വജ്രത്തെപ്പറ്റി അന്വേഷിച്ചു. അവരിൽ നിന്നും മഹിൻലാലിനു ലഭിച്ച അതേ മറുപടി തന്നെയാണ് ഞങ്ങൾക്കും ലഭിച്ചതെന്നതിനാൽ, ആ മൂന്നു കാര്യങ്ങളും ഒരു ശില്പത്തിന്റെ പൊരുത്തപ്പെടാത്ത ശല്ക്കങ്ങളെപ്പോലെ ഞങ്ങളെ കുഴക്കിക്കൊണ്ടിരുന്നു. അങ്ങനെയിരിക്കേ, ഒരു ദിവസം, രഘുരാമൻ സാർ അത്യാവശ്യമായി എന്നെ അദ്ദേഹത്തിന്റെ ഓഫീസിലേക്ക് വിളിച്ചു. ഞാൻ അകത്തേക്ക് പ്രവേശിച്ചയുടനെ അദ്ദേഹം ആവേശത്തോടെ പറഞ്ഞു: രണ്ടു ദിവസമായി ഞാനാ കാർലോസിന്റെ കേസ് ഫയൽ പരിശോധിക്കുകയായിരുന്നു; ഡാസ്‌ലിങ് ഡ്രീംസ് റിസോർട്ടിന് പുറകിലൂടെ ഒഴുകുന്ന പുഴയിൽ മുങ്ങി മരിച്ച ഡിയാഗോ സെർജിയോ കാർലോസിനെ പാടെ വിസ്മരിച്ചിരുന്നതിനാൽ അയാളെപ്പറ്റിയാണ് അദ്ദേഹം പറയുന്നതെന്ന് ബോധ്യപ്പെടാൻ എനിക്ക് കുറച്ചധികം നിമിഷങ്ങൾ വേണ്ടി വന്നു.

അദ്ദേഹം തുടർന്നു: 'ആ മാനേജർ പറഞ്ഞ കാര്യങ്ങളുണ്ടാക്കിയ താല്പര്യവും, മരണപ്പെട്ടില്ലായിരുന്നെങ്കിൽ ലൂക്കോയുടെ സന്ദർശനദിവസം അവിടെയുണ്ടാകേണ്ടയാളാണെന്ന നിലയിലുമാണ് അയാളെപ്പറ്റിയുള്ള വിവരങ്ങൾ കൂടി ചികഞ്ഞുനോക്കിയത്. പോസ്റ്റുമോർട്ടം റിപ്പോർ

ട്ട് പ്രകാരം ബോഡി കണ്ടെത്തുന്നതിന് ആറ് മണിക്കൂർ മുൻപ് മരണം സംഭവിച്ചിരുന്നു. ശരീരത്തിൽ മുറിവോ, ചതവോ ഉണ്ടായിരുന്നില്ല. ശ്വാസകോശത്തിൽ ചെളിയും, പുഴയിലെ വെള്ളവുമുണ്ടായിരുന്നു.'

'അങ്ങനെയാണെങ്കിൽ അതൊരു സ്വാഭാവിക മുങ്ങിമരണം മാത്രമല്ലേ സാർ?...'; മറ്റൊരു പ്രത്യേകതയുമില്ലാത്ത ഈ കാര്യം അദ്ദേഹമെന്തിനാണ് പറയുന്നതെന്ന അത്ഭുതത്തോടെ ഞാൻ പ്രതിവചിച്ചു.

അതിനുള്ള മറുപടിയായി അദ്ദേഹം പറഞ്ഞു: 'തെളിവുകൾ മുങ്ങിമരണത്തെ സാധൂകരിക്കുന്നതു തന്നെയാണ്. പക്ഷേ, അയാളുടെ കാമുകി നൽകിയിരിക്കുന്ന പരാതിയിൽ പറഞ്ഞിരിക്കുന്ന വസ്തുതകൾ ഏതൊരു അന്വേഷകനെയും ആശയക്കുഴപ്പത്തിലാക്കും. അങ്ങനെയാണ് ഞാൻ അതിനെപ്പറ്റി കൂടുതൽ അന്വേഷിച്ചത്. ഓപ്പൺ വാട്ടർ റേസുകളിൽ പലവട്ടം വിജയിയായിട്ടുള്ളവനാണ് ഈ ഡിയാഗോ സെർജിയോ കാർലോസ് എന്ന നാല്പത്തിയൊന്നുകാരൻ.'

'ഓപ്പൺ വാട്ടർ റേസ് ?'; ഞാൻ ചോദിച്ചു. ആദ്യമായിട്ടായിരുന്നു അങ്ങനെയൊന്ന് കേൾക്കുന്നത്.

അദ്ദേഹം എനിക്കുവേണ്ടിയത് വിവരിക്കാൻ തുടങ്ങി: 'കടലിൽ നടത്തുന്ന നീന്തൽ മത്സരമാണ്. പലപ്പോഴും കിലോമീറ്ററുകളോളം നീന്തിയായിരിക്കും ലക്ഷ്യസ്ഥാനത്ത് എത്തേണ്ടത്. മുക്കാൽ ഭാഗവും സമുദ്രത്തിനാൽ ചുറ്റപ്പെട്ടുകിടക്കുന്ന സ്പെയിനിൽ ആഘോഷങ്ങളുടെയും, ചിലപ്പോഴൊക്കെ പ്രതിഷേധങ്ങളുടെയും ഭാഗമായി ഓപ്പൺ വാട്ടർ റേസുകൾ നടക്കാറുണ്ട്. കാർലോസ് അറിയപ്പെടുന്നയൊരു ഓപ്പൺ വാട്ടർ റേസറാണ്. പോരാത്തതിന് സെപ്റ്റംബർ നാലാം തീയതി ഏതാണ്ട് ഒരു മണിക്കൂർ നീന്തിക്കുളിച്ചിടത്താണ് അഞ്ചാം തീയതി അയാളുടെ മരണം സംഭവിച്ചിരിക്കുന്നത്. നീന്താനിറങ്ങിയിടത്ത് നിന്നും അയാളുടെ മൃതശരീരം തടഞ്ഞുകിടന്ന കൈതക്കാടുകൾ വരെയുള്ളത് പുഴയിലെ ആഴം കുറഞ്ഞ ഭാഗങ്ങളിലുൾപ്പെടുന്നതുമാണ്. മരണം സംഭവിക്കുന്നതിന് മുൻപായി അയാൾ മദ്യപിക്കുകയോ, മറ്റു ലഹരിവസ്തുക്കളെന്തെങ്കിലും ഉപയോഗിച്ചതിനോ പോസ്റ്റുമോർട്ടം റിപ്പോർട്ടിൽ തെളിവുകളൊന്നുമില്ല.'

അത്രയും കേട്ടപ്പോഴേക്കും എന്റെ മനസ്സിലും അനിശ്ചിതത്വം സൃഷ്ടിക്കപ്പെട്ടുകഴിഞ്ഞതിനാൽ ഞാൻ പെട്ടെന്ന് ചോദിച്ചു: 'അതൊരു കൊലപാതകമെന്നാണോ സാർ പറഞ്ഞുവരുന്നത്?!..'

അദ്ദേഹം പറഞ്ഞു: 'അയാളെപ്പറ്റി അറിയാൻ സാധിച്ച കാര്യങ്ങളുമായി കോർത്തിണക്കുകയാണെങ്കിൽ അങ്ങനെ സംശയിക്കേണ്ടി തന്നെ

വരും. കാരണം, അയാൾ സ്വയം 'Jewellery Historian' എന്നുവിശേഷിപ്പിച്ചിരുന്ന ഒരു നിധിയന്വേഷകനാണ്.'

'നിധിയന്വേഷകനോ?..'; ഞാൻ കൂടുതൽ ജിജ്ഞാസുവായി.

'ചരിത്രത്തിൽ നിന്നും ഏതെങ്കിലുമൊക്കെ തരത്തിൽ നിഗൂഹനം ചെയ്യപ്പെട്ട വിലയേറിയ ആഭരണങ്ങളെയും, അപൂർവ്വയിനം വജ്രങ്ങളെയുമൊക്കെ വീണ്ടെടുക്കുന്നതിൽ ആനന്ദം കണ്ടെത്തിയിരുന്നവനാണ് ഈ കാർലോസ്. നൂതന സാങ്കേതികവിദ്യകൾക്കൊപ്പം തന്റെ അസാമാന്യ ചരിത്രജ്ഞാനം കൂടി പ്രയോജനപ്പെടുത്തുന്നവനായതുകൊണ്ട് കാർലോസിനെ വിലയ്ക്കെടുക്കാൻ നിധിവേട്ടക്കാർക്കിടയിൽ മത്സരം തന്നെയുണ്ടായിരുന്നു. ചരിത്രത്തോട് അടങ്ങാത്ത അഭിനിവേശവും, അന്വേഷണവൈഭവവുമുള്ള കാർലോസിന് പിഴക്കില്ലെന്ന വിശ്വാസം തന്നെയായിരിക്കും അതിനുകാരണം. ബ്രിട്ടനിലെ കാർണാർവോൻ പ്രഭു ഹോവാർഡ് കാർട്ടർ എന്ന പര്യവേക്ഷകനെ ഉപയോഗിച്ചതുപോലെ !'

ആലങ്കാരികമായിട്ടാണെങ്കിലും, അദ്ദേഹത്തിന്റെ നാവിൽ നിന്നും വീണ അക്കാര്യത്തെപ്പറ്റിയറിയാൻ ആഗ്രഹമുണ്ടായതിനാൽ ഞാൻ അപേക്ഷിച്ചു: 'അതൊന്നു പറഞ്ഞു തരാമോ സർ?'

സന്ദർഭവശാൽ വളരെ അപ്രസക്തമായ കാര്യമായിരുന്നിട്ടും, എനിക്കായി അദ്ദേഹമത് പറയാൻ തുടങ്ങി: 'പത്തൊൻപതാം നൂറ്റാണ്ടിൽ ഈജിപ്ത് ബ്രിട്ടീഷുകാരുടെ അധീനതയിൽ ആവുമ്പോഴേക്കും അവിടത്തെ മിക്ക കല്ലറകളും കൊള്ളയടിക്കപ്പെട്ടു കഴിഞ്ഞിട്ടുണ്ടായിരുന്നു. ബ്രിട്ടനിൽ നിന്നും ഈജിപ്ഷ്യൻ ശവക്കല്ലറകളിലെ നിധി മോഹിച്ചെത്തിയവരെല്ലാം നിരാശയോടെ ഉദ്യമം അവസാനിപ്പിച്ച് മടങ്ങിയപ്പോൾ, അക്കൂട്ടത്തിൽപ്പെട്ട കാർണാർവോൻ പ്രഭു അതുവരെ ആരും കണ്ടുപിടിച്ചിട്ടില്ലാത്ത തൂത്തൻ ഖാമന്റെ കല്ലറ തേടി നടക്കുന്ന ഹോവാർഡ് കാർട്ടർ എന്ന ചരിത്രാഭിനിവേശക്കാരനെ ഉപയോഗിച്ചു നോക്കാൻ തീരുമാനിച്ചു. ഈജിപ്ഷ്യൻ ചരിത്രത്തിൽ അധികം രേഖപ്പെടുത്താതെപ്പോയ തൂത്തൻ ഖാമൻ എന്ന ഫറോവമാരിലെ കൗമാരക്കാരനെ അടക്കം ചെയ്തിരിക്കുന്ന കല്ലറയുടെ സ്ഥാനത്തെപ്പറ്റി ഒരാൾക്കും അറിവുണ്ടായിരുന്നില്ല. അത് കണ്ടെത്തണമെന്നത് ജീവിതലക്ഷ്യമായി തീർന്ന ചരിത്രസ്നേഹിയായിരുന്നു ഹൊവാർഡ് കാർട്ടർ. പര്യവേഷണത്തിനു വേണ്ട ധനസഹായം ചെയ്യാൻ കാർണാർവോൻ പ്രഭു തയ്യാറായപ്പോൾ അയാളത് ഇരുകൈയും നീട്ടി സ്വീകരിച്ചു. കാർണാർവോൻ പ്രഭുവിന്റെ പ്രതീക്ഷ തെറ്റിയില്ല. നീണ്ട ആറുവർഷത്തെ തെരച്ചിലിനൊടുവിൽ, കാർട്ടർ തൂത്തൻഖാമന്റെ ശവക്കല്ലറ കണ്ടെത്തുക തന്നെയുണ്ടായി. തൂത്തൻ

ഖാമന്റെ മമ്മി അടക്കം ചെയ്തിരുന്ന പേടകം കണ്ടെത്തിയ ആ കല്ലറയി ലുണ്ടായിരുന്നത് ഒരു ആയുഷ്കാലത്തേക്കുതകുന്ന നിധിയായിരുന്നു.'; അത് പറഞ്ഞവസാനിപ്പിച്ചയുടൻ തന്നെ അദ്ദേഹം കാര്യത്തിലേക്ക് തി രിച്ചുവന്നു: 'ഈ കാർലോസിനെപ്പോലുള്ളവർ Antique Trade എന്ന പേ രിലുയർന്നു വന്ന ഒരു വൻ വിപണിയുമായി ബന്ധപ്പെട്ടുനടക്കുന്ന കച്ച വടതന്ത്രങ്ങളുടെ ഭാഗമായി ഉപയോഗിക്കപ്പെടുന്നവരാണ്. തങ്ങളുടെ പ ക്കലുള്ള വസ്തുവിന്റെ ചരിത്രപരമായ മൂല്യത്തെപ്പറ്റി അറിവില്ലാത്ത ഉ ടമകളിൽ നിന്നും, അവ ചെറിയ തുകയ്ക്ക് കരസ്ഥമാക്കി, ന്യൂയോർ ക്കിലെ റോക്ക്ഫെല്ലർ പോലെയുള്ള അതിപ്രശസ്തമായ ലേലം ഹൗ സുകളെത്തിച്ച് ലാഭം കൊയ്യുന്ന കച്ചവടക്കാരാണ് ഇതിനുപിന്നിൽ യ ഥാർത്ഥത്തിൽ പ്രവർത്തിക്കുന്നവർ.'

അദ്ദേഹം പറഞ്ഞുവന്നതിൽ നിന്നും എനിക്ക് ബോധ്യപ്പെട്ട കാര്യം ഞാൻ അന്വേഷിച്ചു: 'സാർ പറഞ്ഞുവരുന്നത് കാർലോസ് ലൂക്കോയു ടെ കൈവശമുണ്ടായിരുന്ന വജ്രം കൈക്കലാക്കാനായിട്ടായിരുന്നു അ വിടെയെത്തിയതെന്നാണോ?'

അദ്ദേഹം പറഞ്ഞു: ' സെപ്റ്റംബർ ആറാം തീയതി ഡാസ്ലിങ് ഡ്രീം സ് റിസോർട്ടിൽ വച്ച് ലൂക്കോ സെബാസ്റ്റ്യൻ ഇട്ടിച്ചിറയും ഡിയാഗോ സെർജിയോ കാർലോസും തമ്മിലൊരു കൂടിക്കാഴ്ച്ച സംഭവിക്കേണ്ടി യിരുന്നതാണെന്ന് അനുമാനിക്കാവുന്നതാണ്. കാരണം, കാർലോസിന്റെ ഇന്റർനാഷണൽ റോമിംഗ് നമ്പറുപയോഗിച്ച് കണ്ടെത്തിയ അയാളുടെ ടിറ്റർ അക്കൗണ്ടിൽ, കേരളത്തിലേക്ക് പുറപ്പെടുന്നതിനു മുൻപ് അയാ ളിട്ട ട്വീറ്റ്സ് ഇപ്രകാരമായിരുന്നു- Finally, I am meeting the precious gemstone's tiny sister, she was part of the exquisite 'Balle de Flandres' infact, was cut and cast away. I am sure it will be the start of many milestones that connect the pieces and some historical events- അ തായത്, 'Ball of Flanders' എന്ന അമൂല്യമായ വജ്രത്തിൽ നിന്നും മുറി ച്ചെടുത്തുണ്ടാക്കിയ കുഞ്ഞിവജ്രം തേടിയാണ് അയാൾ കേരളത്തിലേ ക്ക് പുറപ്പെട്ടിരിക്കുന്നത്.'

പതിനെട്ട്

കസ്റ്റഡിയിലെടുക്കുമ്പോൾ ഇച്ഛാഭംഗത്താൽ വിയർക്കുകയോ, ദുർബലപ്പെടുകയോ, കരയുകയോ ഒക്കെ ചെയ്തിരുന്നവരെ മാത്രം കണ്ടു പരിചയിച്ചിരുന്ന എന്നെ സംബന്ധിച്ച് വ്യത്യസ്തനായിരുന്നു പുരു കാളിചരൺ. ക്രൗര്യത്താൽ കൂർത്ത കണ്ണുകളും, നൈർമ്മല്യത്താൽ വിടർന്ന ചുണ്ടുകളുമായി, പകുതിക്കു പകുതി വിജാതീയ ഭാവാദികൾ പ്രകടിപ്പിച്ച മുഖത്തോടൊപ്പം, കൂസലേതുമില്ലാതെയാണ്, ഞങ്ങൾ പോലീസുകാരുടെയിടയിൽ പുരു കാളിചരൺ ഇരുന്നിരുന്നത്. ഗോൽക്കൊണ്ട ഗണത്തിൽപ്പെട്ട വജ്രത്തിനുടമയായ യുവകോമളനുമായി ഏതോ ഒരു പത്രത്തിൽ വന്ന അഭിമുഖത്തെപ്പറ്റി എനിക്കോർമ്മവന്നു. അന്ന്, അയാളുടെ കൈവശമുണ്ടായിരുന്ന ഗോൽക്കൊണ്ട വജ്രത്തിന്റെ സ്ഥിരീകരണച്ചടങ്ങ് നടന്ന ഹാളിന് പുറത്തുണ്ടായിരുന്നപ്പോൾ തോന്നിയ കൗതുകം ഒരംശം പോലും വറ്റിപ്പോകാതെ അതേപടി ഉള്ളിൽ നിന്നിരുന്നതിനാൽ, പൊതുവെ വായനയിഷ്ടപ്പെടാത്ത ഞാൻ, ഒറ്റയിരുപ്പിൽ അത് വായിച്ചുതീർക്കുകയായിരുന്നു. ചരിത്രത്തോട് കുട്ടിക്കാലം മുതൽക്കുണ്ടായ തന്റെ അടങ്ങാത്ത അഭിനിവേശത്തെപ്പറ്റിയും, വളരെ അമൂല്യങ്ങളായ പുരാവസ്തുക്കൾ സ്വന്തമാക്കാൻ സഹിച്ച ത്യാഗങ്ങളെയും, കഷ്ടപ്പാടുകളെക്കുറിച്ചുമൊക്കെ അയാളതിൽ വാചാലനായിരുന്നു.

രഘുരാമൻ സാറിന്റെ പോക്കറ്റ് വാച്ച് ശ്രദ്ധയിൽപ്പെട്ടപ്പോഴുണ്ടായ കൗതുകത്തെ അടക്കി നിർത്താനാകാതെ പുരു കാളിചരൺ ചോദിച്ചു: 'ഞാൻ, ആ വാച്ചൊന്ന് നോക്കിക്കോട്ടെ?..'

അയാൾക്കത് നല്കാൻ രഘുരാമൻ സാറിന് സന്തോഷം മാത്രമേയുണ്ടായിരുന്നുള്ളൂ. വാച്ചിനെ തിരിച്ചും മറിച്ചുമൊക്കെ പരിശോധിക്കുന്നതിനിടയിൽ പുരു കാളിചരൺ പറഞ്ഞു: 'Henry Graves Super Complication' എനിക്ക് സ്വന്തമായെങ്കിലെന്ന് ഞാൻ പലവട്ടം ആഗ്രഹിച്ചിട്ടുണ്ട്.

'ഉദയാസ്തമയ സമയങ്ങളും, നക്ഷത്രരാശികളുടെ സ്ഥാനവും വരെ സൂചിപ്പിക്കുന്നതുൾപ്പെടെ, ഇരുപത്തിനാല് സങ്കീർണ്ണ പ്രവർത്തനങ്ങൾ ചേർത്ത് സൃഷ്ടിക്കപ്പെട്ട പോക്കറ്റ് വാച്ച്, അമേരിക്കൻ ബാങ്കർ ഹെൻ

ട്രി ഗ്രേവ്സിനു വേണ്ടി പാറ്റെക് ഫിലിപ്പ് കമ്പനി നിർമ്മിച്ചുനൽകിയ ത്?'; രഘുരാമൻ സാർ ചോദിച്ചു.

'അതേ... അതുതന്നെ! ആ വാച്ച് രൂപകൽപ്പന ചെയ്യാൻ മാത്രം മൂന്ന് വർഷങ്ങൾ വേണ്ടി വന്നു. നിർമ്മിക്കാൻ അഞ്ചുവർഷങ്ങൾ വേറെയും. അതിന്റെ ഇന്നത്തെ മൂല്യം ഇരുപത് മില്യൺ ഡോളറാണ്.'; പുരു കാളിചരൺ ആവേശം കൊണ്ടു.

രഘുരാമൻ സാർ പറഞ്ഞു: ' നിങ്ങൾ സ്നേഹിക്കുന്നത് പഴമയെ അല്ല,.. അതിന്റെ മൂല്യത്തെയാണ്. അതുകൊണ്ടാണ് നിങ്ങൾക്കിവിടെ, ഞങ്ങൾക്കിടയിൽ, ഇരിക്കേണ്ടി വന്നത്.'

'ഞാനിവിടെ ഇരിക്കേണ്ടി വന്നതിന് താങ്കളുടെ സാമർഥ്യവും കാരണമാണ്... Well done Mr. Raghu Raman...'; കൈയടികളോടൊപ്പമാണ് പുരു കാളിചരൺ അങ്ങനെ പറഞ്ഞതെന്നതിനാൽ, അത്, അയാളിൽ നിന്നുണ്ടായ ഹൃദയംഗമായ അനുമോദനം തന്നെയാണെന്ന് ഞങ്ങൾക്ക് തോന്നി.

പുരു കാളിചരണിനെ കസ്റ്റഡിയിലെടുക്കുന്നതുവരെയുള്ള നീക്കങ്ങൾ വളരെപ്പെട്ടെന്നായിരുന്നു രഘുരാമൻ സാർ നടപ്പിലാക്കിയത്. എനിക്കൊന്നും മനസ്സിലാകുന്നുണ്ടായിരുന്നില്ല. എന്നാൽ, അദ്ദേഹത്തിന്റെ കണക്കുകൂട്ടൽ ശരിവയ്ക്കുന്ന രീതിയിൽ തന്നെയാണ് കാര്യങ്ങൾ നീങ്ങിയത്.

ഡാസ്ലിങ് ഡ്രീംസ് റിസോർട്ടിലെ ജീവനക്കാരോട് പുരു കാളിചരണിന്റെ ഫോട്ടോ കാണിച്ചു നടത്തിയ അന്വേഷണത്തിൽ, കുറച്ചുനാൾ മുൻപ് അവിടെ തങ്ങിയിട്ടുണ്ടായിരുന്ന ആളായിരുന്നുവതെന്ന്, റിസെപ്ഷനിസ്റ്റും, റൂം സർവീസ് ബോയിയും തിരിച്ചറിഞ്ഞു. തുടർന്ന്, സെപ്റ്റംബർ നാലാം തീയതി മുതൽ ആറാം തീയതി വരെ പതിനാലാം നമ്പർ സ്യൂട്ടിൽ, ഭുപഥ് ലലാൻ എന്ന വ്യാജപ്പേരിലുണ്ടായിരുന്നത് പുരു കാളിചരണാണെന്ന് തെളിയിക്കുന്ന അവിടത്തെ സിസിടിവി ക്യാമറാ ദൃശ്യങ്ങൾ കണ്ടെത്തുകയുണ്ടായി. ആ നിർണായകത്തെളിവുകളുടെ അടിസ്ഥാനത്തിലാണ്, മേലധികാരികളുടെ അനുവാദ ഉത്തരവോടെ ചോദ്യം ചെയ്യലിനായി പുരു കാളിചരണിനെ കസ്റ്റഡിയിലെടുത്തതും, അയാളുടെ വീട്ടിലും താവളത്തിലും പരിശോധന നടത്തിയതും.

നിഗൂഢതകൾ അഴിച്ചുമാറ്റിക്കൊണ്ട്, കാവതിപ്പോണിയിൽ നടന്ന മൂന്ന് കൊലപാതകങ്ങളും പരസ്പരം കണ്ണിചേർക്കപ്പെട്ടത് പുരു കാളിചരണിലൂടെയാണ്. കാരണം, അയാളായിരുന്നു അവയുടെയെല്ലാം പിന്നിലെ സൂത്രധാരൻ. പോരാത്തതിന്, ലൂക്കോയുടേത് ഒഴികെയുള്ള മറ്റു ര

ണ്ടു കൊലപാതകങ്ങൾ പുരു കാളിചരൺ സ്വയം നടപ്പിലാക്കുകയുമായിരുന്നു. സിലാസ് സാൽവദോറിനെ വധിക്കാനായി അയാളുപയോഗിച്ച ബെറേറ്റ 1934 മോഡൽ ഇറ്റാലിയൻ പിസ്റ്റൾ, ഡിയാഗോ സെർജിയോ കാർലോസ് എന്ന സ്പെയിൻ പൗരനെ വെള്ളത്തിൽ വലിച്ചുതാഴ്ത്തി കൊല്ലാനുപയോഗിച്ച സ്കൂബാ മുങ്ങലുപകരണങ്ങൾ എന്നിവയും, ലൂക്കോയുടെ കൈവശമുണ്ടായിരുന്ന വജ്രവും അയാളുടെ പക്കൽ നിന്നും കണ്ടെടുക്കുകയുണ്ടായി.

കാവതിപ്പോണിയിൽ സംഭവിച്ച മൂന്ന് ജീവഹാനികളുടെ പിന്നിലെ പ്രേരകം, ഞങ്ങളുദ്ദേശിച്ചതുപോലെ, ലൂക്കോയുടെ കൈവശമുണ്ടായിരുന്ന വജ്രം തന്നെയായിരുന്നു. അത് സ്വന്തമാക്കാനായി സിലാസ് സാൽവദോർ എന്ന ഷാർപ്പ്ഷൂട്ടറിനെയുപയോഗിച്ച് ലൂക്കോയെ വകവരുത്തി. ശേഷം, സിലാസിനെ തലയൻകുന്നിൽ വച്ച് വെടിവച്ചുകൊന്നു. കൂടാതെ, വജ്രം വാങ്ങാനായെത്തിയ സ്പെയിൻക്കാരൻ ഡിയാഗോ സെർജിയോ കാർലോസിനെയും പുഴവെള്ളത്തിനടിയിലേയ്ക്ക് വലിച്ചുതാഴ്ത്തി കൊലപ്പെടുത്തി; ഇവയെല്ലാം ചെയ്തത് പുരു കാളിചരണാണെന്നത്, അയാളിൽ നിന്നും ലഭിച്ച തെളിവുകളുടെ അടിസ്ഥാനത്തിൽ, അയാൾ പറയാതെ തന്നെ ഞങ്ങൾക്ക് ബോധ്യപ്പെട്ടിരുന്നതാണ്. എന്നാൽ, ഡാസ്ലിങ് ഡ്രീംസ് റിസോർട്ടിൽ വച്ച് ലൂക്കോയും ഡിയാഗോ സെർജിയോ കാർലോസും തമ്മിൽ നടക്കാനിരുന്ന രഹസ്യകൂടികാഴ്ചയെപ്പറ്റി അയാളെങ്ങനെ മനസ്സിലാക്കിയെന്നതു മുതൽക്കുള്ള കാര്യങ്ങളറിയാൻ, അയാളെ കസ്റ്റഡിയിലെടുത്ത സമയം മുതൽ, ഞങ്ങൾ അക്ഷമയോടെ കാത്തിരിക്കുകയായിരുന്നു.

പത്തൊമ്പത്

'ഓരോരോ ചോദ്യങ്ങളായിട്ട് ബുദ്ധിമുട്ടേണ്ടതില്ല. എന്നിൽ നിന്നും നിങ്ങൾക്കറിയേണ്ടത് എന്താണെന്ന് എനിക്കറിയാം. എന്റെ വിവരണം ഞാൻ ചെയ്ത കുറ്റകൃത്യത്തിന്റെ ഇതിവൃത്തമായി രേഖപ്പെടുത്തി വയ്ക്കാൻ പോകുന്നതാണെന്നതിനാൽ വളരെ ഭംഗിയായിത്തന്നെ അത് നിങ്ങളുടെ മുന്നിലവതരിപ്പിക്കാൻ ഞാൻ ശ്രമിക്കാം. ആദ്യമെനിക്കൊരു ഗ്ലാസ് വെള്ളം കുടിക്കാൻ തരൂ... എനിക്ക് നല്ല ദാഹമുണ്ട്.'; ഞങ്ങളുടെ ചോദ്യത്തിന് ഇങ്ങനെയാണ് പുരു കാളിചരൺ മറുപടി തുടങ്ങിയത്.

രഘുരാമൻ സാർ അനുവദിച്ചപ്രകാരം ഞാൻ തന്നെയാണ് അയാൾക്ക് വെള്ളം കൊണ്ട് നൽകിയത്. അത് വാങ്ങിക്കുടിച്ചതിനുശേഷം നന്ദിയറിച്ചുകൊണ്ടു അയാൾ പറയാൻ ആരംഭിച്ചു: 'ലൂക്കോയുടെ കൈവശമുള്ളത് അയാൾക്ക് പോലും അറിയാത്തതിനപ്പുറം വിശിഷ്യമായ വജ്രമാണെന്ന് തിരിച്ചറിഞ്ഞതുമുതൽ, അത് സ്വന്തമാക്കാനുള്ള പദ്ധതി ഞാൻ തയ്യാറാക്കാൻ തുടങ്ങിയിരുന്നു.'

'അത് ശരിക്കും വില്ലാർവട്ടത്തെ രാജാവിന് കൊടുക്കാൻവേണ്ടി പോർച്ചുഗീസിലെ മാനുവൽ രാജാവ് വാസ്കോഡ ഗാമയുടെ കയ്യില് കൊടുത്തുവിട്ടതു തന്നെയാണോ?!..'; അതിനെപ്പറ്റി കേട്ടതുമുതലുണ്ടായ കൗതുകം പെട്ടെന്ന് പ്രതിപ്രവർത്തിച്ചതു കാരണം ഞാൻ അറിയാതെ ചോദിച്ചുപോയി.

'അതേ... അതു തന്നെയാണ്...'; എന്നോടതു പറഞ്ഞിട്ട് പുരുകാളിചരൺ തന്റെ വിവരണത്തിലേക്ക് തിരിച്ചുപോയി: 'ലൂക്കോ അത് അയാൾക്കല്ലാതെ മറ്റൊരാൾക്ക് ഒരിക്കലുമറിയാൻ സാധിക്കാത്തവിധം അതീവ രഹസ്യമായിട്ടാണ് സൂക്ഷിച്ചിരുന്നത്. അതു വാങ്ങാനായി സമീപിച്ചിരുന്ന വിദേശികളോട് മാത്രമേ അയാളതിനെപ്പറ്റി വെളിപ്പെടുത്താറുമുണ്ടായിരുന്നുള്ളൂ. ഒരു വിദേശിയാണെന്നു തെറ്റിദ്ധരിപ്പിച്ചതിൻ പ്രകാരമാണ് വജ്രമിടപാടിനായി അയാളുപയോഗിച്ചിരുന്ന രഹസ്യ Email Id ഞാൻ കരസ്ഥമാക്കിയത്. 'luko the diamond king ' എന്ന് പേര് ചേർത്തിരുന്ന ആ ഇമെയിൽ ഐഡിയിൽ നടക്കുന്ന സന്ദേശകൈമാറ്റങ്ങൾ ഒരു ഹാ

ക്കറിന്റെ സഹായത്തോടെ ഞാൻ നിരീക്ഷിക്കാൻ തുടങ്ങി. അങ്ങനെയായിരുന്നു ഡിയാഗോ സെർജിയോ കാർലോസ് എന്ന സ്പെയിൻകാരനുമായി വെറും അര മില്യൺ ഡോളറിന് ആ വിഡ്ഢി ധാരണയിലെത്തിയത് ഞാനറിയുന്നത്.'; അത്രയും കേട്ടതിൽ നിന്നും തന്നെ പുരുകാളിചരണിന്റെ കുശാഗ്ര വൈദഗ്ധ്യത്തെപ്പറ്റി ഞങ്ങൾ ബോധവാന്മാരായി. ഡിജിറ്റൽ ഫോറൻസിക് സെൽ നടത്തിയ വിവരശേഖരണത്തിൽ അങ്ങനെയൊരു ഇമെയിൽ ഐഡിയുടെ ഉപയോഗം കണ്ടെത്തിയിട്ടില്ലായിരുന്നുവെന്നതിനാൽ, അതുപയോഗിക്കാൻ ലൂക്കോ ഒരു രഹസ്യ കമ്പ്യൂട്ടർ ഉപയോഗിച്ചിട്ടുണ്ടായിരിക്കണമെന്ന് ഞാൻ ഊഹിച്ചു.

പുരു കാളിചരൺ തുടർന്നു: 'അവരുടെ ഇടപാട് നടന്നുകഴിഞ്ഞാൽ ആ വജ്രം എന്നന്നേക്കുമായി നഷ്ടപ്പെടുമെന്നറിയാമായിരുന്നതിനാൽ, പിഴവില്ലാതെയുള്ള ഒരു ഉൻമൂലന പദ്ധതി തന്നെ നടപ്പിലാക്കേണ്ടിയിരുന്നു. അതിന് എന്നെ സഹായിച്ച രണ്ടു ഘടങ്ങളായിരുന്നു: ഒന്ന്, സെപ്റ്റംബർ ആറാം തീയതി നടത്താൻ തീരുമാനിച്ച കൈമാറ്റപ്രക്രിയയ്ക്ക് അധികം ജനവാസമില്ലാത്ത കാവതിപ്പോണി വനമേഖല അവർ തെരഞ്ഞെടുത്തത്. രണ്ട്, അന്നേദിവസം ഡാസ്‌ലിങ് ഡ്രീംസ് റിസോർട്ടിലെ പതിനഞ്ചാം നമ്പർ സ്യൂട്ടിലുണ്ടാകുന്ന വ്യക്തിയായിരിക്കും വജ്രം വാങ്ങാനെത്തുന്നയാളെന്നും, അതുവരെ മറ്റൊരു രീതിയിലും ബന്ധപ്പെടേണ്ടതില്ലെന്നും അവർ തീരുമാനിച്ചത്.'; ആ പറഞ്ഞതിൽനിന്നും അഞ്ചാം തീയതി കാർലോസ് കൊല്ലപ്പെട്ടിട്ടും, ആറാം തീയതി ലൂക്കോ വജ്രവുമായി കാവതിപ്പോണിയിലേക്ക് സഞ്ചരിച്ചതിനു പിന്നിലെ പൊരുത്തക്കേടിനെപ്പറ്റി ഞങ്ങൾക്കുണ്ടായിരുന്ന ആശയക്കുഴപ്പം കൂടി ദൂരീകരിക്കപ്പെട്ടു. കാർലോസിന്റെ മരണം ലൂക്കോ അറിഞ്ഞിട്ടുണ്ടായിരുന്നില്ല.

'യാത്രാമധ്യേ ലൂക്കോയെ വധിക്കുന്നതിലൂടെ തന്നെ തനിക്ക് വജ്രം ലഭിക്കുമായിരുന്നിട്ടും എന്തിനാണ് കാർലോസിനെ കൂടി ഇരയാക്കിയത്?'; രഘുരാമൻ സാറാണ് അത് ചോദിച്ചത്.

'അയാളിലൂടെ വജ്രത്തിന്റെ രഹസ്യം വെളിപ്പെടാനുള്ള അപകടസാധ്യത തന്നെയായിരുന്നു അതിനുള്ള കാരണം. ഒരു സംശയത്തിനുമിട നൽകാതെ ലൂക്കോയെ ഒഴിവാക്കാൻ എനിക്ക് സിലാസ് സാൽവദോർ എന്ന ഗോവൻ വാടകക്കൊലയാളിയെ വിലയ്ക്കെടുക്കേണ്ടതുണ്ടായിരുന്നു. എന്നാൽ, കാർലോസിനെ യമപുരിലേയ്ക്ക് അയക്കാൻ ഞാൻ തന്നെ മതിയായിരുന്നു. കാർലോസിനെപ്പറ്റി നടത്തിയ വിവരശേഖരണത്തിൽ നിന്നും നീന്തൽ അയാളുടെ ദിനചര്യയുടെ ഭാഗമാണെന്ന് മനസിലാക്കാൻ സാധിച്ചതാണ് അങ്ങനെയൊരു പദ്ധതി തയ്യാറാക്കാൻ എ

ന്നെ സഹായിച്ചത്. അതു നടപ്പാക്കാൻ വേണ്ടി പതിനാലാം നമ്പർ സ്യൂട്ടിൽ നാലാം തീയതി മുതൽ ഞാൻ അയാളെയും കാത്തിരുന്നു. എന്റെ പ്രതീക്ഷ തെറ്റിയില്ല. അവിടെ എത്തിയ ദിവസം തന്നെ അയാൾ റിസോർട്ടിനു പുറകിൽ കൂടിയൊഴുകുന്ന പുഴയിൽ നീന്താനിറങ്ങിക്കൊണ്ട് അടുത്ത ദിവസം നടക്കാനിരിക്കുന്ന അയാളുടെ മരണത്തെ ഉറപ്പിച്ചു. അടുത്ത ദിവസം പുഴക്കരയിലുള്ള പൊന്തക്കാട്ടിൽ സ്കൂബാ മുങ്ങലുപകരണങ്ങളുമായിട്ടുണ്ടായിരുന്ന ഞാൻ അയാൾക്കരികിലേക്ക് അടിത്തട്ടിലൂടെ ഊളിയിട്ടു. കരുത്തനായിരുന്ന കാർലോസിന്റെ കാലുകളിൽ പിടിച്ചു അടിത്തട്ടിലേക്ക് താഴ്ത്തുകയെന്നത് ഞാൻ പ്രതീക്ഷിച്ചതിനെക്കാളേറെ പ്രയാസകരമായിരുന്നു. എന്നെയും വലിച്ചുകൊണ്ട് അയാൾ മുകളിലേക്ക് ഉയരുമെന്നുപോലും തോന്നിയ നിമിഷങ്ങളുണ്ടായിരുന്നു. എങ്കിലും, ഞാൻ അയാളെ കീഴ്പ്പെടുത്തുക തന്നെ ചെയ്തു.'; തന്റെയാ ദുഷ്പ്രവൃത്തിയെ സ്മരിക്കുകയാണെന്ന് തോന്നിപ്പിച്ചുകൊണ്ട് പുരു കാളിചരൺ പെട്ടെന്ന് മൗനത്തിലേക്ക് പോയി.

അയാളുടെ ശ്രദ്ധ തിരിച്ചുകൊണ്ടുവരാനെന്നോണം രഘുരാമൻ സാർ പറഞ്ഞു: 'ബാക്കി കൂടി കേൾക്കാനായി ഞങ്ങൾ കാത്തിരിക്കുന്നു.'

Sorry എന്ന ഇംഗ്ലീഷ് പദം കൊണ്ട് വിളംബം വരുത്തിയതിനുള്ള ക്ഷമാപണം നടത്തിയിട്ട് പുരു കാളിചരൺ പറയാനാരംഭിച്ചു: ' ഒരു കോടി രൂപ വാഗ്ദാനം ചെയ്തതിൻ പ്രകാരമാണ് ലൂക്കോയുടെ കാറിലേക്ക് വെടിയുതിർക്കാൻ സിലാസ് സാൽവദോർ സമ്മതിച്ചത്. ആറാം തീയതി ലൂക്കോയുടെ കാറിലേക്ക് നിറയൊഴിക്കാനായി സിലാസ് സാൽവദോർ തലയൻക്കുന്നിലിടം പിടിച്ചപ്പോൾ, ഞാൻ ഹെയർപിൻ വളവിനടുത്തു ഇടം പിടിച്ചിരുന്നു. സിലാസിന്റെ തോക്കിൽ നിന്നുമുള്ള കൃത്യമായ പ്രഹരമേറ്റ് അപകടത്തിൽപ്പെട്ടു കിടന്ന കാറിൽ നിന്നും വജ്രം കൈക്കലാക്കാനടുത്ത സമയം ലൂക്കോ ദയനീയമായി എന്നെ നോക്കുകയും, ആ വജ്രത്തിന് പകരമായി അയാളെ രക്ഷിക്കാനപേക്ഷിക്കുകയും ചെയ്തു. 'നിർഭാഗ്യവശാൽ നിങ്ങളുടെ ഘാതകനോട് തന്നെയാണ് നിങ്ങൾ രക്ഷിക്കാനാവശ്യപ്പെടുന്നത് ', അതായിരുന്നു അയാൾ അവസാനമായി കേട്ട വാക്കുകൾ. അയാളുടെ മരണം ഉറപ്പാക്കിയിട്ട് മാത്രമാണ് ഞാൻ സിലാസിന്റെ അടുക്കലേക്ക് നീങ്ങിയത്. അൻപതുലക്ഷം രൂപ മുൻകൂറായി നൽകുകയും, ബാക്കി അൻപതുലക്ഷം കാര്യം നടപ്പിലാക്കിയിട്ട് കൈമാറണമെന്നുമായിരുന്നു ഞാനുമായി അവനുണ്ടാക്കിയിരുന്ന കരാർ. എന്നാൽ അവനുമായി ഞാനുണ്ടാക്കിയിരുന്നത് വെറും അൻപതുലക്ഷം രൂപയുടെ കരാറായിരുന്നുവെന്ന് അവനറിയില്ലായിരു

ന്നു. റൈഫിൾ ക്ലബ്ബിന്റെ ഷൂട്ടിങ് റേഞ്ചിൽ വെടിയുതിർത്തുണ്ടാക്കിയിരുന്ന അനുഭവം, തലയൻക്കുന്നിനുള്ളിലെ വലിയൊരു മരത്തിനു പുറകിലിടം പിടിച്ചിരുന്നു പൊട്ടിച്ച ആദ്യ ബുള്ളറ്റ് തന്നെ കാട്ടുചെടികൾ വകഞ്ഞു മാറ്റി നടന്നുവരികയായിരുന്ന സിലാസിന്റെ തലയിലേക്ക് കൊള്ളിക്കാൻ എന്നെ സഹായിച്ചു.'

അൽപ്പസമയം എന്തോ ചിന്തിച്ചിരുന്നതിനുശേഷം, അയാൾ പറഞ്ഞു: 'ഈ മൂന്നു കൊലപാതങ്ങളെയും കണ്ണി ചേർത്താൽ മാത്രമേ നിയമത്തിന്റെ വിലങ്ങ് എന്റെ കൈകളെ ബന്ധിക്കുകയുള്ളുവെന്നതിനാൽ, ഒരിക്കലും അങ്ങനെ സംഭവിക്കാനിടയില്ലെന്ന ആത്മവിശ്വാസത്തിലായിരുന്നു ഞാൻ. നിങ്ങൾ എന്റെ എല്ലാ കണക്കുകൂട്ടലുകളും തെറ്റിച്ചുകളഞ്ഞു മിസ്റ്റർ രഘുരാമൻ. നിങ്ങളൊരു അതിബുദ്ധിമാനായ അന്വേഷണോദ്യോഗസ്ഥനാണ്.

തനിക്കു ലഭിച്ച ഉപചാരവാക്കുകൾക്കുള്ള മറുപടിയായി രഘുരാമൻ സാർ പറഞ്ഞു: 'നിങ്ങളെപ്പോലെ അതീവതന്ത്രശാലിയായ കുറ്റവാളിയിൽ നിന്നും ലഭിച്ച ഈ അനുമോദനത്തെ എനിക്കു കിട്ടിയ ഏറ്റവും വലിയ അംഗീകാരമായി ഞാൻ സ്വീകരിക്കുന്നു മിസ്റ്റർ പുരു കാളിചരൺ.'

പുരു കാളിചരണിന്റെ അറസ്റ്റ് രേഖപ്പെടുത്തിയിട്ട് കോടതിയിൽ ഹാജരാക്കുന്നതിനുവേണ്ടി പോലീസ് ജീപ്പിൽ കയറ്റിക്കൊണ്ടു പോകുന്നത് നോക്കി നിൽക്കവേ, ഞാൻ രഘുരാമൻ സാറിനോട് ചോദിച്ചു: 'പുരു കാളിചരണിലേക്കെത്തിച്ചേരാൻ സാറിനെ സഹായിച്ചത് എന്തായിരുന്നു?!'

'ചരിത്രം'; അദ്ദേഹം പറഞ്ഞു.

ഇരുപത്

കേൾക്കുമ്പോൾ, വളരെ അസാധാരണമായി തോന്നാമെങ്കിലും, ലൂക്കോ സെബാസ്റ്റ്യൻ ഇട്ടിച്ചിറയുടെ കൊലപാതകം തെളിയിക്കാനായി രഘുരാമൻ സാറുപയോഗിച്ചത്, 'Balle de Flandre' എന്ന ഫ്രഞ്ച് പേരിലറിയപ്പെട്ടിരുന്ന അമൂല്യ വജ്രത്തിൽ നിന്നുമാരംഭിച്ച ചരിത്രം തന്നെയായിരുന്നു.

പിന്നീടൊരിക്കൽ, അദ്ദേഹമെനിക്ക് വിവരിച്ചുതന്ന അതിന്റെ ചരിത്രം ഇപ്രകാരമായിരുന്നു: ഫ്ളാണ്ടേഴ്സിന്റെ ഗോളമെന്ന പേരിലറിയപ്പെട്ടിരുന്ന, നൂറിലധികം രത്നത്തൂക്കമുണ്ടായിരുന്ന, വജ്രത്തെപ്പറ്റി രേഖപ്പെടുത്തപ്പെട്ടത് 1398 മുതലാണ്. ഫ്രാൻസിന്റെ കീഴിലുള്ള വെർച്യുസ് എന്ന നാട്ടുരാജ്യത്തെ പ്രഭുപുത്രി വാലന്റീന വിസ്കോണ്ടിയെ വിവാഹം ചെയ്ത ഓർലീൻസിലെ നാടുവാഴിയായ ലൂയിസിനു ലഭിച്ച സ്ത്രീധനത്തിന്റെ ഭാഗമായി ആ വജ്രവും ലഭിക്കുകയുണ്ടായി എന്നതായിരുന്നുവത്. എന്നാൽ, പിന്നീടങ്ങോട്ടുള്ള എഴുപത്തഞ്ച് വർഷക്കാലം ആരാലൊക്കെയോ ഒളിച്ചുവയ്ക്കപ്പെട്ട, ആ വജ്രം വീണ്ടും രേഖപ്പെടുത്തപ്പെട്ടത് പല കഷണങ്ങളായിട്ടായിരുന്നു. ഫ്രാൻസിന്റെ തന്നെ കീഴിലുള്ള ബർഗണ്ടിയിലെ നാടുവാഴിയും ആഭരണകമ്പക്കാരനുമായ ചാൾസിന്റെ അമൂല്യമായ ആഭരണശേഖരത്തിനുള്ളിലായിരുന്നു അവയുണ്ടായിരുന്നത്. സ്വിറ്റ്സർലൻഡിലെ പ്രഭുക്കന്മാരുമായി നിരന്തരയുദ്ധത്തിലേർപ്പെട്ടിരുന്ന ചാൾസ്, 1477 -ൽ, സ്വിസ് പടയാളികളാൽ കൊല്ലപ്പെട്ടതോടൊപ്പം നടന്ന കൊള്ളയിലൂടെ, ഫ്രാൻസിനു പുറത്തേക്ക് സഞ്ചരിച്ച ആ വജ്രങ്ങൾ പോർച്ചുഗീസ് രാജാവായ മാനുവൽ ഒന്നാമന്റെ കൈകളിലേക്കെത്തിച്ചേരുകയുണ്ടായി. വളരെ രഹസ്യമായി സംരക്ഷിക്കുന്ന രാജകീയനിധിയിലേക്ക് മാനുവൽ ഒന്നാമൻ അവയെ നിക്ഷേപിച്ചതിനാൽ, ആ വജ്രക്കഷണങ്ങൾക്ക് വീണ്ടും ഭൂതകാല ചരിത്രം നഷ്ടപ്പെട്ടു.

മാനുവൽ ഒന്നാമന്റെ മരണത്തിന് അറുപത് കൊല്ലങ്ങൾക്കപ്പുറം, കൃത്യമായിപ്പറഞ്ഞാൽ 1581-ാം ആണ്ടിൽ, സ്പെയിൻ പോർച്ചുഗീസ് ആക്രമിച്ചപ്പോൾ, മാനുവൽ രാജാവിന്റെ പേരക്കുട്ടികളിൽ ഒരുവനായ അന്റോണിയോ പോർച്ചുഗീസ് രാജാവിന്റെ കിരീടാഭാരണങ്ങളുൾപ്പെടെയു

ള്ള അമൂല്യ നിധിശേഖരവുമായി ഫ്രാൻസിലേക്ക് കടന്നുകളയുകയുണ്ടായി. അന്റോണിയോ കടത്തിക്കൊണ്ടുപോയ നിധിയിൽ, ആ വജ്രത്തിന്റെ രണ്ടു കഷണങ്ങളുമുണ്ടായിരുന്നു. ഫ്രാൻസിന്റെയും, ബ്രിട്ടന്റെയും സഹായത്തോടെ പോർച്ചുഗീസിന്റെ അധികാരം തിരികെപ്പിടിക്കാനുള്ള ശ്രമങ്ങളാരംഭിച്ച അന്റോണിയോ, അതിന്റെ ധനസമാഹരണത്തിനായി നിധിയിലുണ്ടായിരുന്ന വജ്രങ്ങളോരോന്നായി വിൽക്കാനാരംഭിച്ചു. അന്റോണിയോ വിറ്റൊഴിക്കാൻ ശ്രമിക്കുന്ന വജ്രക്കൂട്ടത്തിലുൾപ്പെട്ട, രണ്ടെണ്ണം, അത്യപൂർവ്വമാണെന്ന് തിരിച്ചറിഞ്ഞ ഫ്രാൻസിലെ സാൻസി എന്നയിടത്തെ അധികാരിയും, വജ്രശേഖകനുമായ നിക്കോളാസ് ഹാർലെ, അവയെ ചുളിവു വിലയ്ക്ക് കൈക്കലാക്കി. പിൽക്കാലത്ത്, ഹാർലെ വിൽപ്പന നടത്തിയ ആ രണ്ടു വജ്രങ്ങളിൽ, അൻപത്തഞ്ച് കാരറ്റ് ഭാരമുള്ളത് ഗ്രാൻഡ് സാൻസിയെന്നും, മുപ്പത്തഞ്ച് കാരറ്റ് ഭാരമുള്ളത് ബ്യൂ സാൻസിയെന്നും, പേരുകളിലായി ഇന്നും ലോകപ്രശസ്തങ്ങളാണ്.

സാൻസി വജ്രങ്ങൾ ബാലെ ഡി ഫ്ളാൻഡ്രെയിൽ നിന്നുമുണ്ടായ സഹോദരങ്ങളാണെന്ന് പിൽക്കാലത്തു തിരിച്ചറിഞ്ഞെങ്കിലും, പത്തു കാരറ്റ് തൂക്കമുള്ള മറ്റൊരു വജ്രം കൂടിയുണ്ടായിരുന്നുവെന്നത്, അപ്പോഴും അജ്ഞാതമായിത്തന്നെ തുടരുകയായിരുന്നു. ആ വജ്രത്തിലേക്ക് വഴി തുറക്കുന്ന അനുബന്ധചരിത്രം ഇങ്ങനെയാണ്: കേരളത്തിൽ നിന്നും യൂറോപ്പിലേക്ക് കരമാർഗം സുഗന്ധവ്യഞ്ജനങ്ങൾ എത്തിച്ച മൂറുകൾ ഈടാക്കിയിരുന്ന അമിത കുത്തക ലാഭം ഒഴിവാക്കാനായി, വാസ്കോ ഡഗാമ മുഖാന്തരം ഒരു സമുദ്രപാത കണ്ടെത്തിയെങ്കിലും, പതിറ്റാണ്ടുകൾക്കു മുമ്പേ മൂറുകളുമായി വ്യാപാരത്തിലേർപ്പെട്ടിരുന്ന സാമൂതിരിയുൾപ്പെടെയുള്ള നാടുവാഴികൾ പറങ്കികളുമായി കച്ചവടം നടത്താൻ വിസമ്മതിച്ചു.

അങ്ങനെയാണ്, ഒരു തന്ത്രപരമായ നീക്കത്തിന്റെ ഭാഗമായി, യൂറോപ്പിൽ ഖ്യാതി കേട്ടിരുന്ന വില്ലാർവട്ടത്തെ ക്രിസ്ത്യൻ രാജാവിന് കാഴ്ചവെക്കാൻ, 1502-ൽ, തന്റെ രണ്ടാം യാത്രയ്ക്ക് പുറപ്പെടാനൊരുങ്ങിയ വാസ്കോഡഗാമയുടെ കൈവശം, മാനുവൽ ഒന്നാമൻ ഒരു വജ്രം ഏൽപ്പിച്ചത്. ഏതുവിധേയനയും നല്ലൊരു കച്ചവടബന്ധം സ്ഥാപിച്ചു കിട്ടേണ്ടതുണ്ടെന്നതിനാൽ, മാനുവൽ ഒന്നാമൻ വില്ലാർവട്ടം രാജാവിന് കാഴ്ചയ്ക്കായി നൽകിയത്, തന്റെ നിധിശേഖരത്തിലുണ്ടായിരുന്ന ഒരു വിശിഷ്ടയിനം വജ്രം തന്നെയായിരുന്നു.

എന്നാൽ, ഈ പറഞ്ഞവയിലൊന്നും പുരു കാളിചരണിലേക്കെത്താനുതകുന്ന വിധത്തിലുള്ള ഏതൊരു സൂചനകളൊന്നുമില്ലെന്നതുകൊ

ണ്ട്, അതിനെപ്പറ്റി ചോദിച്ചപ്പോൾ അദ്ദേഹം പറഞ്ഞു: 'അതിന് വഴിത്തിരിവായത് ഈ വജ്രങ്ങളെയെല്ലാം തമ്മിൽ ബന്ധിപ്പിക്കുന്ന പൊതുഘടകമാണ്.'

അതറിയാൻ ഞാൻ ആകാംഷാഭരിതനായി.

അദ്ദേഹം പറഞ്ഞു: 'യൂറോപ്പിലെത്തിച്ചേർന്ന 'Balle de Flandre' മുഗളന്മാരുടെ നിധിയിലുൾപ്പെട്ടിരുന്ന വജ്രമാണെന്ന് വിശ്വസിക്കപ്പെടുന്നു. കാരണം, അത് വളരെ പരിശുദ്ധമായ ഗോൽക്കൊണ്ട വജ്രഗണത്തിലുൾപ്പെട്ടതായിരുന്നു. സാൻസി വജ്രങ്ങൾ ലോകപ്രശസ്തങ്ങളാകാൻ കാരണവും അവ ഗോൽക്കൊണ്ട വജ്രങ്ങളാണെന്നത് കൊണ്ടുതന്നെയാണ്. അതായത്, മാനുവൽ ഒന്നാമൻ രാജാവ് വാസ്കോഡ ഗാമ മുഖാന്തരം കേരളത്തിലേക്കയച്ചത് ഒരു ഗോൽക്കൊണ്ട വജ്രം തന്നെയായിരുന്നു. അങ്ങനെയാണ്, അടുത്തകാലത്തായിട്ടൊരു ഗോൽക്കൊണ്ട വജ്രം സ്വന്തമാക്കിയ പുരു കാളിചരണിലേക്ക് എന്റെ ശ്രദ്ധ ചെല്ലുന്നത്.'

അന്ന്, പത്രത്തിൽ വന്ന അഭിമുഖത്തിന്റെ അവസാനം പുരു കാളിചരൺ പറഞ്ഞ വാക്കുകൾ എന്റെ ഓർമ്മയിലേക്ക് വന്നു - ഗോൽക്കൊണ്ട വജ്രം കിരീടത്തിലുണ്ടാകുകയെന്നത് നാടുവാഴികളുടെ പെരുമ വർദ്ധിപ്പിച്ചിരുന്നതിനാൽ, അവ സ്വന്തമാക്കുന്നതിനുവേണ്ടി ചരിത്രത്തിൽ പല യുദ്ധങ്ങളും, ചതിയും സംഭവിച്ചിട്ടുണ്ട്. എന്റെ പക്കലുള്ള ഈ വജ്രത്തിനും ചിലപ്പോളൊരു യുദ്ധത്തിന്റേയോ ചതിയുടെയോ കഥ പറയാനുണ്ടാകും!

'ലൂക്കോയുടെ കൈവശമുണ്ടായിരുന്ന വജ്രത്തിന്റെ ചരിത്രം കാർലോസിനെപ്പോലെ പുരു കാളിചരണും മനസ്സിലുണ്ടാക്കിയിട്ടുണ്ടാരുന്നു വല്ലേ സാർ?'; ഞാൻ ചോദിച്ചു.

'അതേ... അയാളിലെ ചരിത്രാന്വേഷിയെ നമ്മൾ ബഹുമാനിച്ചേ മതിയാകൂ...'

അതും പറഞ്ഞിട്ട്, തന്റെ വാൾതം പോക്കറ്റ് വാച്ചെടുത്ത് സമയം നോക്കിക്കൊണ്ട് എങ്ങോട്ടേക്കോ അത്യാവശ്യമായി പോകാനൊരുങ്ങിയ അദ്ദേഹത്തിനോട്, ഞാൻ ചോദിച്ചു: 'ഈ കേസ് തെളിയിക്കാൻ സാറിനെ സഹായിച്ചത്, സാറിന്റെയുള്ളിലെ പോലീസുകാരനാണോ?, അതോ ചരിത്രകാരനാണോ?!'

ചിരിച്ചുകൊണ്ട് അദ്ദേഹം ചോദിച്ചു: 'തനിക്കെന്ത് തോന്നുന്നു ?'

അദ്ദേഹം നടന്നു നീങ്ങുന്നത് നോക്കി നിൽക്കവേ ഞാൻ ഉള്ളാലെ പറഞ്ഞു: 'സംശയമില്ല! ചരിത്രകാരൻ തന്നെ!'

•••